HƯƠNG VỊ PHONG PHÚ CỦA OMAN

100 Công thức tôn vinh hương vị đích thực của ẩm thực Oman

HÂN HẠ

MỤC LỤC

GIỚI THIỆU

Hãy cùng chúng tôi bắt tay vào một cuộc hành trình đáng chú ý qua các trang của "Hương vị phong phú của Ô-man", một cuộc phiêu lưu ẩm thực vẫy gọi bạn khám phá và thưởng thức hương vị đích thực của ẩm thực Ô-man. Cuốn sách nấu ăn này là sự tôn vinh tấm thảm hương vị phong phú của Vương quốc Hồi giáo, một bức tranh khảm rực rỡ kết hợp các truyền thống ẩm thực đa dạng vang vọng qua nhiều thế kỷ.

Hãy nhắm mắt lại và hình dung những khu chợ nhộn nhịp, nhịp đập của văn hóa ẩm thực Oman. Hãy hình dung những khu chợ gia vị thơm, nơi hương thơm nhảy múa trong không khí, kích thích các giác quan của bạn với hứa hẹn về những hỗn hợp gia vị phức tạp đã được yêu thích qua nhiều thế hệ. Hãy tưởng tượng căn bếp gia đình, nơi khám phá bí quyết nấu nướng của người Oman—một không gian thiêng liêng nơi nghệ thuật ẩm thực được truyền qua thời gian, từ thế hệ này sang thế hệ khác.

Trong các trang của cuốn sách nấu ăn này, mỗi công thức nấu ăn đóng vai trò như một minh chứng sống động cho những truyền thống sâu xa truyền vào mỗi món ăn một câu chuyện. Đó là một câu chuyện về di sản, một lời ca ngợi cộng đồng và một sự tôn vinh tình yêu sâu sắc dành cho việc tạo ra từng miếng ăn đầy hương vị. Hương vị của Oman không chỉ là một trải nghiệm ngon miệng; chúng là cuộc khám phá sự phong phú về văn hóa, một cuộc hành trình vào trung tâm của một quốc gia được kể qua những sáng tạo ẩm thực của quốc gia đó.

Từ hương thơm đặc biệt của các loại gia vị Oman đưa bạn đến những khu chợ sôi động, đến cách trình bày đầy nghệ thuật các món ăn truyền thống kể những câu chuyện về những buổi tụ tập và bữa ăn chung, cuốn sách dạy nấu ăn này vượt xa những gì bình thường. Nó không chỉ là nơi tổng hợp các công thức nấu ăn; đó là một cuộc khám phá văn hóa phong phú, một cuộc hành trình đi vào tâm hồn của những căn bếp ở Oman. Cho dù bạn là một đầu bếp dày dạn đang tìm cách mở rộng vốn tiết mục của mình hay là một người mới tò mò muốn tìm hiểu thế giới hương vị Oman, hãy để cuốn sách này làm người bạn đồng hành dẫn đường cho bạn.

Vì vậy, hãy tham gia cùng chúng tôi trong chuyến thám hiểm đầy hương vị này—một chuyến đi bày tỏ lòng tôn kính đối với tính chân thực, đa dạng và hương vị tuyệt vời của ẩm thực Oman. Chúc nhà bếp của bạn trở thành nơi lưu giữ những mùi hương và hương vị đã gắn bó với các hộ gia đình Oman qua nhiều thế hệ. Cùng nhau, chúng ta hãy tôn vinh vẻ đẹp của sự đa dạng ẩm thực và cầu mong hành trình của bạn qua "Hương vị đậm đà của Oman" tràn ngập sự ấm áp của lòng hiếu khách của người Oman và niềm vui đến từ việc khám phá trái tim và tâm hồn của di sản ẩm thực đặc biệt này. Chào mừng bạn đến với một thế giới nơi mỗi món ăn là một chương trong câu chuyện về hương vị của người Oman.

BỮA SÁNG

1.Bánh mì Oman (Khubz Ragag)

THÀNH PHẦN:

- 2 cốc bột
- 1 muỗng cà phê muối
- Nước

HƯỚNG DẪN:

a) Trong một tô lớn, trộn bột mì và muối, đánh đều chúng với nhau.

b) Từ từ thêm nước vào hỗn hợp bột, đảm bảo trộn đều. Điều chỉnh lượng nước dựa trên kết cấu cuối cùng mong muốn:

c) Đối với bánh mì mỏng, giống như bánh crepe, hãy thêm một cốc nước, tiếp tục cho đến khi hỗn hợp loãng hơn bột bánh kếp, rồi đổ nước lên chảo.

d) Đối với bánh mì dày hơn, giống bánh pita, ban đầu hãy thêm khoảng ½ cốc nước, nhằm đạt được độ dày bột tương tự như bột bánh mì truyền thống. Có thể cần thêm nước, nhưng hãy thêm dần dần và nhào kỹ để xác nhận nhu cầu.

e) Đun nóng một chảo lớn, tốt nhất là bằng gang dày dặn, trên lửa vừa cao.

f) Nếu dùng bột mỏng hơn thì đổ bột vào chảo, đảo đều để phủ một lớp mỏng lên bề mặt. Lưu ý: Với phương pháp này, mỗi lần chỉ có thể làm được một chiếc bánh mì.

g) Nếu dùng bột dày hơn, hãy vo bột thành từng viên nhỏ và dùng lòng bàn tay ấn dẹt trước khi cho vào chảo. Sử dụng phương pháp này, nhiều loại bánh mì có thể được nấu cùng lúc, tùy thuộc vào kích thước của chúng.

h) Đối với phiên bản mỏng hơn, nấu khoảng một phút. Khi phần giữa đã cứng lại, dùng thìa lật nó thêm 30 giây nữa. Chuyển nó vào đĩa và lặp lại quá trình với phần bột còn lại.

i) Đối với phiên bản dày hơn, nấu lâu hơn một phút. Khi các cạnh bắt đầu cứng lại, dùng thìa lật và nấu thêm 30 giây đến 1 phút. Sau khi hoàn thành, chuyển ra đĩa và lặp lại với phần bột còn lại.

j) Phục vụ Bánh mì Omani khi còn ấm, riêng hoặc kèm theo các món ăn bổ sung. Thưởng thức!

2. Omani Chebab (Bánh kếp)

THÀNH PHẦN:

- 2 cốc bột
- 1/2 chén bột báng
- 1/2 chén đường
- 1/2 muỗng cà phê men
- 2 cốc nước ấm
- Ghee để nấu ăn

HƯỚNG DẪN:

a) Trong một cái bát, trộn bột mì, bột báng, đường, men và nước ấm để tạo thành bột nhão. Hãy để nó nghỉ ngơi trong một giờ.

b) Làm nóng vỉ nướng hoặc chảo và bôi mỡ bằng ghee.

c) Đổ một muôi bột lên vỉ nướng và nấu cho đến khi xuất hiện bong bóng trên bề mặt.

d) Lật bánh và chiên mặt còn lại cho đến khi vàng nâu.

e) Ăn ấm với mật ong hoặc xi-rô chà là.

3.Shakshuka Oman

THÀNH PHẦN:

- 4 quả trứng
- 1 củ hành tây, thái nhỏ
- 2 quả cà chua, thái hạt lựu
- 2 tép tỏi, băm nhỏ
- 1 quả ớt chuông đỏ, xắt nhỏ
- 1 quả ớt xanh, xắt nhỏ
- Hỗn hợp gia vị Omani
- Muối và hạt tiêu cho vừa ăn
- Rau mùi tươi, xắt nhỏ

HƯỚNG DẪN:

a) Trong chảo, xào hành, tỏi, ớt chuông và ớt xanh cho đến khi mềm.

b) Thêm cà chua thái hạt lựu và hỗn hợp gia vị Omani. Nấu cho đến khi cà chua mềm.

c) Tạo các giếng trong hỗn hợp và đập trứng vào đó.

d) Đậy chảo và nấu cho đến khi trứng chín theo ý thích của bạn.

e) Nêm muối, tiêu và ngò tươi trước khi dùng.

4.Omani Laban (Sữa chua) với chà là

THÀNH PHẦN:

- 2 cốc sữa chua nguyên chất
- 1/2 chén chà là, bỏ hạt và cắt nhỏ
- 2 thìa mật ong
- Hạnh nhân hoặc quả óc chó, cắt nhỏ (tùy chọn)
- Bạch đậu khấu xay để tạo hương vị

HƯỚNG DẪN:

a) Đánh sữa chua nguyên chất cho đến khi mịn.
b) Trộn chà là cắt nhỏ và mật ong.
c) Trang trí với các loại hạt cắt nhỏ và rắc bạch đậu khấu xay.
d) Làm lạnh một lúc trước khi dùng để có hương vị sảng khoái.

5.Trứng tráng bánh mì Omani

THÀNH PHẦN:

- 4 bánh mì Oman (Rukhal)
- 4 quả trứng
- 1/2 chén hành tây thái hạt lựu
- 1/2 chén cà chua thái hạt lựu
- 1/4 chén rau mùi tây xắt nhỏ
- Muối và hạt tiêu cho vừa ăn

HƯỚNG DẪN:

a) Đánh trứng vào tô và nêm muối và hạt tiêu.
b) Làm nóng chảo rồi cho hành tây và cà chua thái hạt lựu vào xào cho đến khi mềm.
c) Đổ trứng đã đánh lên trên rau và nấu cho đến khi các cạnh se lại.
d) Rắc rau mùi tây xắt nhỏ và gấp món trứng tráng.
e) Phục vụ món trứng tráng bên trong bánh mì Oman.

6.người Oman Khabeesa

THÀNH PHẦN:

- 2 cốc bột báng
- 1 cốc đường
- 1/2 cốc bơ sữa trâu
- 1 cốc sữa chua
- 1 thìa cà phê thảo quả xay
- 1/2 chén nho khô (tùy chọn)
- Nước, khi cần thiết

HƯỚNG DẪN:

a) Trong một cái bát, trộn bột báng, đường, bơ sữa trâu, sữa chua và bạch đậu khấu xay.

b) Thêm nước dần dần để tạo thành bột dày.

c) Làm nóng chảo và đổ từng phần bột nhỏ vào để làm bánh pancake.

d) Nấu cho đến khi cả hai mặt đều có màu vàng nâu.

e) Trang trí với nho khô nếu muốn.

f) Phục vụ ấm áp.

7.Sữa Chua Và Chà Là

THÀNH PHẦN:

- 1 cốc chà là bỏ hạt
- 1 cốc sữa chua
- 1/2 cốc sữa
- 1 thìa mật ong
- Khối nước đá

HƯỚNG DẪN:

a) Trong máy xay sinh tố, kết hợp chà là, sữa chua, sữa và mật ong.
b) Xay đến khi mịn.
c) Thêm đá viên và xay lại cho đến khi sinh tố đạt được độ đặc như mong muốn.
d) Đổ vào ly và dùng lạnh.

8.Cá mòi Omani và khoai tây băm

THÀNH PHẦN:

- 2 hộp cá mòi ngâm dầu, để ráo nước
- 3 củ khoai tây vừa, gọt vỏ và thái hạt lựu
- 1 củ hành tây, thái nhỏ
- 2 quả cà chua, thái hạt lựu
- 2 tép tỏi, băm nhỏ
- 1 thìa cà phê thì là xay
- 1 thìa cà phê rau mùi đất
- Muối và hạt tiêu cho vừa ăn
- Dầu ô liu để nấu ăn
- Rau mùi tươi để trang trí

HƯỚNG DẪN:

a) Trong chảo, đun nóng dầu ô liu rồi xào hành và tỏi cắt nhỏ cho đến khi mềm.
b) Thêm khoai tây thái hạt lựu và nấu cho đến khi chúng bắt đầu có màu nâu.
c) Khuấy thì là, rau mùi xay, muối và hạt tiêu.
d) Thêm cà chua thái hạt lựu và nấu cho đến khi chúng vỡ ra.
e) Nhẹ nhàng gấp cá mòi vào, cẩn thận đừng làm gãy chúng quá nhiều.
f) Nấu cho đến khi khoai tây mềm và hương vị hòa quyện.
g) Trang trí với rau mùi tươi trước khi dùng.

9.Omani Ful Medames

THÀNH PHẦN:

- 2 chén đậu fava nấu chín
- 1/4 chén dầu ô liu
- 1 củ hành tây, thái nhỏ
- 2 tép tỏi, băm nhỏ
- 1 quả cà chua, thái hạt lựu
- 1 thìa cà phê thì là xay
- 1 thìa cà phê rau mùi đất
- Muối và hạt tiêu cho vừa ăn
- Rau mùi tây tươi để trang trí
- Trứng luộc chín để phục vụ (tùy chọn)
- Bánh mì dẹt hoặc bánh pita để phục vụ

HƯỚNG DẪN:

a) Trong chảo, đun nóng dầu ô liu rồi xào hành và tỏi cắt nhỏ cho đến khi mềm.
b) Thêm cà chua thái hạt lựu và nấu cho đến khi chúng vỡ ra.
c) Khuấy thì là, rau mùi xay, muối và hạt tiêu.
d) Thêm đậu fava đã nấu chín và nấu cho đến khi nóng.
e) Nghiền một ít đậu để tạo thành hỗn hợp kem.
f) Trang trí với rau mùi tây tươi.
g) Ăn kèm với trứng luộc nếu muốn và kèm theo bánh mì dẹt hoặc bánh pita.

10.Phô mai Omani Paratha

THÀNH PHẦN:

- 2 chén bột mì đa dụng
- 1 chén phô mai Omani bào (chẳng hạn như Majestic hoặc Akkawi)
- Nước, khi cần thiết
- Ghee hoặc bơ, để chiên

HƯỚNG DẪN:

a) Trộn bột mì và phô mai bào vào tô.
b) Dần dần thêm nước để tạo thành một khối bột mềm.
c) Chia bột thành những viên nhỏ và vo từng viên thành đĩa phẳng, mỏng.
d) Nấu parathas trên vỉ nướng với bơ sữa trâu hoặc bơ cho đến khi cả hai mặt đều có màu nâu vàng.
e) Phục vụ ấm áp.

11.Bánh mì dẹt Omani Maldouf

THÀNH PHẦN:

- 2 chén bột mì nguyên chất
- Muối để nếm
- 1/4 chén Ghee (Bơ đã lọc) để chiên nông
- Nước để nhào bột
- 8-14 1/2 Cup Quả chà là mềm
- 1 cốc nước sôi

HƯỚNG DẪN:

a) Ngâm chà là đã bỏ hạt trong 1 cốc nước sôi trong 2-3 giờ hoặc cho đến khi mềm.

b) Nghiền nhuyễn chà là đã mềm bằng lưới lọc hoặc lưới mịn. Bạn có thể cần dùng máy xay sinh tố để xay nếu nó không mềm lắm đối với bạn.

c) Trộn chà là xay nhuyễn cùng với muối, 1 muỗng canh bơ sữa trâu và bột mì rồi tạo thành một khối bột mềm.

d) Để bột nghỉ tối thiểu 20 phút.

e) Chia bột thành những viên có kích thước bằng nhau hoặc bằng quả chanh.

f) Cuộn từng miếng để tạo thành bánh mì dẹt/paratha/đĩa tròn/hoặc hình dạng bạn muốn dài 5-6 inch.

g) Chiên từng miếng bằng ghee cho đến khi chín cả hai mặt. Vì bột có chà là nên sẽ chín rất nhanh.

MÓN ĂN VÀ MÓN KHAI THÁC

12.Đĩa chà là các loại

THÀNH PHẦN:

- 4-5 cốc chà là Omani hoặc bất kỳ loại nào
- 1/2 chén hạt hướng dương rang
- 1/2 chén hạt bí ngô rang
- 1/2 chén hạt mè trắng rang
- 1/2 chén hạt mè đen rang
- 1/2 chén đậu phộng rang

HƯỚNG DẪN:

a) Rửa sạch và lau khô tất cả chà là. Đảm bảo chúng khô và không bị ẩm.

b) Tạo một đường rạch ở giữa quả chà là và loại bỏ hạt. Bỏ hạt đi.

c) Đổ đầy hạt hướng dương rang, hạt bí ngô, hạt mè trắng, hạt mè đen và đậu phộng vào giữa mỗi quả chà là.

d) Sắp xếp chà là nhồi trên một đĩa lớn sao cho dễ lấy và hấp dẫn về mặt hình ảnh.

e) Bảo quản các loại chà là trong hộp kín trong tủ lạnh.

13.Ô-man phạm lỗi

THÀNH PHẦN:

- 2 lon đậu fava, để ráo nước và rửa sạch
- 2 tép tỏi, băm nhỏ
- 1/4 chén dầu ô liu
- Nước ép của 1 quả chanh
- Muối và hạt tiêu cho vừa ăn
- Rau mùi tây cắt nhỏ để trang trí
- Bánh mì Omani (Rukhal), để phục vụ

HƯỚNG DẪN:

a) Trong chảo, xào tỏi băm trong dầu ô liu cho đến khi thơm.
b) Thêm đậu fava và nấu cho đến khi nóng.
c) Nghiền đậu một chút bằng nĩa.
d) Nêm nước cốt chanh, muối và hạt tiêu.
e) Trang trí với rau mùi tây xắt nhỏ.
f) Ăn kèm với bánh mì Oman.

14.Samosa

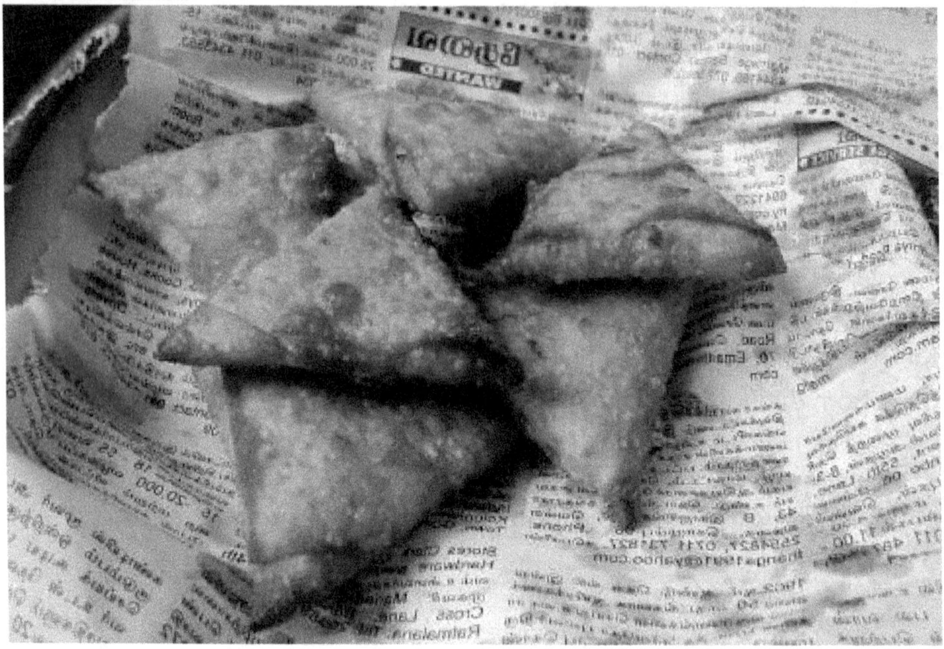

THÀNH PHẦN:

Đối với bột Samosa:

- 2 chén bột mì đa dụng (maida) (260 gram)
- 1 muỗng cà phê ajwain (hạt carom)
- 1/4 thìa cà phê muối
- 4 muỗng canh + 1 muỗng cà phê dầu (60 ml + 5 ml)
- Nước để nhào bột (khoảng 6 thìa)

Đối với nhân Samosa:

- 3-4 củ khoai tây vừa (500-550 gram)
- 2 muỗng canh dầu
- 1 thìa cà phê hạt thì là
- 1 muỗng cà phê hạt thì là
- 2 muỗng cà phê hạt rau mùi nghiền nát
- 1 muỗng cà phê gừng thái nhỏ
- 1 quả ớt xanh, xắt nhỏ
- 1/4 thìa cà phê bản lề (asafoetida)
- 1/2 chén + 2 thìa đậu xanh (ngâm nước ấm nếu dùng đông lạnh)
- 1 thìa cà phê bột rau mùi
- 1/2 thìa cà phê garam masala
- 1/2 thìa cà phê amchur (bột xoài khô)
- 1/4 thìa cà phê bột ớt đỏ (hoặc tùy khẩu vị)
- 3/4 muỗng cà phê muối (hoặc nếm thử)
- Dầu để chiên ngập dầu

HƯỚNG DẪN:

Làm bột Samosa:

a) Trong một tô lớn, trộn bột mì đa dụng, ajwain và muối.

b) Thêm dầu và chà bột với dầu cho đến khi nó giống như vụn bánh mì. Quá trình này sẽ mất 3-4 phút.

c) Thêm nước dần dần, nhào để tạo thành bột cứng. Đừng làm bột quá nhiều; nó chỉ nên đến với nhau.

d) Đậy bột bằng một miếng vải ẩm và để bột nghỉ trong 40 phút.

Làm nhân khoai tây:

e) Luộc khoai tây cho đến khi chín (8-9 tiếng còi nếu sử dụng nồi áp suất trên bếp hoặc 12 phút ở áp suất cao trong Nồi ăn liền).

f) Gọt vỏ và nghiền khoai tây.

g) Trong chảo, đun nóng dầu và thêm hạt thì là, hạt thì là và hạt rau mùi nghiền nát. Xào cho đến khi có mùi thơm.

h) Thêm gừng cắt nhỏ, ớt xanh, hành tây, khoai tây luộc và nghiền và đậu xanh. Trộn đều.

i) Thêm bột rau mùi, garam masala, amchur, bột ớt đỏ và muối. Trộn cho đến khi kết hợp tốt. Tắt bếp và để nhân nguội.

Tạo hình và chiên Samosa:

j) Sau khi bột đã nghỉ, chia bột thành 7 phần bằng nhau.

k) Cuộn từng phần thành hình tròn có đường kính 6-7 inch và cắt thành hai phần.

l) Lấy một phần, thoa nước lên cạnh thẳng và tạo thành hình nón. Đổ đầy 1-2 thìa nhân khoai tây.

m) Bịt kín samosa bằng cách kẹp các cạnh. Lặp lại cho phần bột còn lại.

n) Đun nóng dầu ở nhiệt độ thấp. Chiên samosas ở nhiệt độ thấp cho đến khi cứng và có màu nâu nhạt (10-12 phút). Tăng nhiệt ở mức trung bình và chiên cho đến khi vàng nâu.

o) Chiên 4-5 samosas cùng một lúc và mỗi mẻ sẽ mất khoảng 20 phút ở nhiệt độ thấp.

15.Omani Khubz (Bánh mì dẹt) Chips

THÀNH PHẦN:

- 4 bánh mì dẹt Omani (Khubz)
- 2 muỗng canh dầu ô liu
- 1 thìa cà phê thì là xay
- 1 thìa cà phê ớt bột
- Muối để nếm

HƯỚNG DẪN:

a) Làm nóng lò ở nhiệt độ 350°F (180°C).
b) Quét dầu ô liu lên bánh mì và rắc thì là, ớt bột và muối.
c) Cắt bánh mì dẹt thành hình tam giác hoặc dải.
d) Nướng trong lò khoảng 10-12 phút hoặc cho đến khi giòn.
e) Làm nguội trước khi phục vụ.

16.Chà là Oman với hạnh nhân

THÀNH PHẦN:

- chà là tươi
- Hạnh nhân, nguyên hoặc giảm một nửa

HƯỚNG DẪN:

a) Cắt quả chà là bằng cách rạch một đường nhỏ và loại bỏ hạt.
b) Chèn toàn bộ hoặc một nửa quả hạnh nhân vào khoang do hạt để lại.

17.Lá nho nhồi Omani (Warak Enab)

THÀNH PHẦN:

- Lá nho đóng lọ hoặc tươi
- 1 chén cơm, vo sạch
- 1/2 chén thịt băm (thịt bò hoặc thịt cừu)
- 1/4 chén hạt thông
- 1/4 chén mùi tây tươi xắt nhỏ
- Nước ép của 1 quả chanh
- Muối và hạt tiêu cho vừa ăn
- Dầu ô liu

HƯỚNG DẪN:

a) Nếu dùng lá nho tươi thì trụng trong nước sôi vài phút.

b) Trong một bát, trộn cơm, thịt băm, hạt thông, rau mùi tây, nước cốt chanh, muối và hạt tiêu.

c) Đặt một thìa hỗn hợp vào giữa mỗi lá nho và gấp thành từng gói nhỏ.

d) Xếp lá nho đã nhồi vào nồi, rưới dầu ô liu và thêm nước vừa đủ ngập lá nho.

e) Đun nhỏ lửa cho đến khi cơm chín và lá mềm.

f) Phục vụ ấm áp.

18. Omani Lahm Bi Ajeen (Bánh nhân thịt)

THÀNH PHẦN:

- 2 chén thịt băm (thịt bò hoặc thịt cừu)
- 1 củ hành lớn, thái nhỏ
- 2 quả cà chua, thái hạt lựu
- 1/4 chén mùi tây tươi xắt nhỏ
- 1 thìa cà phê thì là xay
- 1 thìa cà phê rau mùi đất
- Muối và hạt tiêu cho vừa ăn
- Bột bánh pizza hoặc tấm bánh ngọt làm sẵn

HƯỚNG DẪN:

a) Trong chảo, xào hành tây cho đến khi trong suốt.
b) Thêm thịt băm và nấu cho đến khi chín.
c) Khuấy cà chua thái hạt lựu, rau mùi tây cắt nhỏ, thì là, rau mùi xay, muối và hạt tiêu.
d) Cán bột bánh pizza hoặc tấm bánh ngọt và cắt thành hình tròn.
e) Đặt một thìa hỗn hợp thịt lên mỗi hình tròn, gấp làm đôi và dán kín các cạnh.
f) Nướng cho đến khi vàng nâu.
g) Phục vụ ấm áp.

19.Falafel của người Oman

THÀNH PHẦN:

- 2 chén đậu xanh đã ngâm và để ráo nước
- 1 củ hành tây nhỏ, xắt nhỏ
- 3 tép tỏi, băm nhỏ
- 1/4 chén mùi tây tươi, xắt nhỏ
- 1 thìa cà phê thì là xay
- 1 thìa cà phê rau mùi đất
- Muối và hạt tiêu cho vừa ăn
- Dầu để chiên

HƯỚNG DẪN:

a) Trong máy xay thực phẩm, trộn đậu xanh, hành tây, tỏi, mùi tây, thì là, rau mùi, muối và hạt tiêu cho đến khi tạo thành hỗn hợp thô.
b) Nặn hỗn hợp thành những quả bóng nhỏ hoặc miếng chả.
c) Đun nóng dầu trong chảo rồi chiên cho đến khi vàng đều hai mặt.
d) Xả trên khăn giấy.
e) Ăn nóng với sốt tahini hoặc sữa chua.

20.Fatayer rau chân vịt Omani

THÀNH PHẦN:

- 2 chén rau bina xắt nhỏ
- 1 củ hành tây nhỏ, thái nhỏ
- 1/4 chén hạt thông
- 1 muỗng canh dầu ô liu
- 1 thìa cà phê cây thù du xay
- Muối và hạt tiêu cho vừa ăn
- Bột bánh pizza hoặc tấm bánh ngọt làm sẵn

HƯỚNG DẪN:

a) Xào hành tây trong dầu ô liu cho đến khi trong suốt.
b) Thêm rau bina xắt nhỏ và nấu cho đến khi héo.
c) Khuấy hạt thông, cây sơn xay, muối và hạt tiêu.
d) Cán bột bánh pizza hoặc tấm bánh ngọt và cắt thành hình tròn.
e) Đặt một thìa hỗn hợp rau bina lên mỗi vòng tròn, gấp làm đôi và bịt kín các cạnh.
f) Nướng cho đến khi vàng nâu.
g) Phục vụ ấm áp.

21.Halloumi nướng Oman

THÀNH PHẦN:

- 1 khối phô mai halloumi, thái lát
- 2 muỗng canh dầu ô liu
- 1 thìa cà phê lá oregano khô
- Nước ép của 1 quả chanh

HƯỚNG DẪN:

a) Làm nóng vỉ nướng hoặc chảo nướng.
b) Quét các lát halloumi bằng dầu ô liu.
c) Nướng halloumi cho đến khi vàng nâu cả hai mặt.
d) Rắc lá oregano khô và rưới nước cốt chanh.
e) Dùng nóng như món ăn vặt hoặc món khai vị.

MÓN CHÍNH

22.Súp yến mạch Omani (Shorba)

THÀNH PHẦN:

- 1 chén yến mạch cán
- 1/2 chén rau cắt nhỏ (cà rốt, đậu Hà Lan, đậu)
- 1/4 chén hành tây xắt nhỏ
- 2 tép tỏi, băm nhỏ
- 1 thìa cà phê thì là xay
- 4 chén nước luộc gà hoặc rau
- Muối và hạt tiêu cho vừa ăn

HƯỚNG DẪN:

a) Trong nồi, xào hành và tỏi cho đến khi mềm.
b) Thêm rau cắt nhỏ và nấu trong vài phút.
c) Khuấy yến mạch và thì là xay.
d) Đổ nước dùng vào và đun sôi.
e) Đun nhỏ lửa cho đến khi yến mạch chín và súp đặc lại.
f) Nêm với muối và hạt tiêu.
g) Ăn nóng.

23.Qabuli (cơm cơm thập cẩm của Afghanistan)

THÀNH PHẦN:

- 2 chén gạo basmati
- 1 lb thịt cừu hoặc thịt gà, cắt khối
- 1 củ hành lớn, thái nhỏ
- 1/2 chén dầu thực vật
- 1/2 cốc nho khô
- 1/2 chén hạnh nhân thái lát
- 1/2 cốc cà rốt bào sợi
- 1/2 muỗng cà phê bạch đậu khấu xay
- 1/2 muỗng cà phê quế xay
- 1/2 thìa cà phê thì là xay
- Muối và hạt tiêu cho vừa ăn
- 4 chén nước luộc gà hoặc nước

HƯỚNG DẪN:

a) Xả gạo basmati dưới nước lạnh cho đến khi nước trong. Gạo ngâm nước khoảng 30 phút rồi vớt ra để ráo nước.

b) Trong một nồi lớn, đun nóng dầu thực vật trên lửa vừa. Thêm hành tây xắt nhỏ và nấu cho đến khi vàng nâu.

c) Cho thịt cừu hoặc thịt gà cắt khối vào nồi và chiên vàng đều các mặt. Nêm muối, tiêu, thảo quả xay, quế xay và thì là xay.

d) Khuấy cà rốt bào, nho khô và hạnh nhân cắt nhỏ. Nấu thêm 5 phút nữa để hương vị hòa quyện.

e) Cho gạo basmati đã ngâm và để ráo nước vào nồi, khuấy nhẹ để thịt và rau hòa quyện.

f) Đổ nước luộc gà hoặc nước vào. Đun sôi hỗn hợp, sau đó giảm nhiệt xuống thấp. Đậy nắp nồi và đun nhỏ lửa trong 20-25 phút hoặc cho đến khi gạo mềm và chất lỏng ngấm đều.

g) Sau khi Qabuli đã chín, dùng nĩa xới cơm để tách các hạt.

h) Dùng nóng Qabuli, trang trí thêm hạnh nhân cắt nhỏ và nho khô nếu muốn. Nó kết hợp tốt với sữa chua hoặc món salad ăn kèm. Thưởng thức món cơm thập cẩm thơm ngon của Afghanistan!

24.Mashuai truyền thống của Oman

THÀNH PHẦN:

- 4 con cá bống tượng
- 1 muỗng canh dầu ô liu
- 2 muỗng canh tỏi dán
- 1 muỗng cà phê gừng dán
- 1 muỗng cà phê thì là xay
- 1 Nước cốt chanh
- 1/2 thìa cà phê bột nghệ
- 1/2 muỗng cà phê thảo quả xay
- 1/2 muỗng cà phê tiêu đen xay
- 1/4 muỗng cà phê hạt nhục đậu khấu

HƯỚNG DẪN:

a) Làm sạch cá và ghi điểm ở cả hai mặt.
b) Kết hợp tất cả các thành phần trong một cái bát và áp dụng nó cho cá.
c) Để cá ướp ít nhất 3 giờ.
d) Đặt lên khay nướng và nướng trong lò đã làm nóng trước ở 200 độ trong 20 phút. Hoặc bạn có thể nướng than.
e) Ăn kèm với cơm chanh Omani.

25.Cơm gà Mandi

THÀNH PHẦN:

- 2 chén gạo basmati
- 500g thịt gà, cắt thành miếng
- Hỗn hợp gia vị Omani (hỗn hợp quế, bạch đậu khấu, đinh hương và chanh đen)
- 1 củ hành lớn, thái lát
- 1/4 cốc bơ sữa trâu
- Muối, để nếm
- Hạnh nhân và nho khô để trang trí

HƯỚNG DẪN:

a) Xoa gà với hỗn hợp gia vị Omani và để ướp trong ít nhất 30 phút.
b) Trong một chiếc nồi lớn, xào hành tây thái lát trong bơ sữa trâu cho đến khi có màu vàng nâu.
c) Cho gà đã ướp vào nồi và nấu cho đến khi chín vàng.
d) Khuấy cơm, hỗn hợp gia vị Omani và muối. Nấu trong vài phút.
e) Thêm nước theo hướng dẫn trên gói gạo và nấu cho đến khi cơm chín.
f) Trang trí với hạnh nhân nướng và nho khô trước khi dùng.

26.Majboos (Cơm gia vị Oman với thịt gà)

THÀNH PHẦN:

- 2 chén gạo basmati
- 500g thịt gà, cắt thành miếng
- 2 củ hành tây, thái nhỏ
- 3 quả cà chua, xắt nhỏ
- 4 tép tỏi, băm nhỏ
- 1/4 chén dầu thực vật
- 2 muỗng canh hỗn hợp gia vị Omani (hỗn hợp thì là, rau mùi, quế, đinh hương, bạch đậu khấu)
- Muối và hạt tiêu cho vừa ăn
- 4 chén nước luộc gà

HƯỚNG DẪN:

a) Trong một cái nồi lớn, xào hành và tỏi trong dầu thực vật cho đến khi có màu vàng nâu.
b) Thêm miếng thịt gà và nâu ở tất cả các mặt.
c) Khuấy hỗn hợp gia vị Omani, muối và hạt tiêu.
d) Thêm cà chua xắt nhỏ và nấu cho đến khi chúng mềm.
e) Đổ nước luộc gà vào và đun sôi.
f) Đổ gạo vào, giảm lửa, đậy nắp và đun nhỏ lửa cho đến khi cơm chín.
g) Ăn nóng.

27.Thỏ rừng một nồi truyền thống

THÀNH PHẦN:

- 2 chén thỏ rừng (hạt lúa mì)
- 1 kg (2 lbs) thịt gà, đã bỏ xương
- 2 que quế
- 1 muỗng cà phê bột tiêu đen
- Muối để nếm
- Bơ tan chảy hoặc dầu ô liu

HƯỚNG DẪN:

a) Bắt đầu bằng cách ngâm hạt lúa mì qua đêm, để chúng hút nước và làm mềm.

b) Trong một nồi lớn, trộn lúa mì đã ngâm, thịt gà rút xương, thanh quế, bột tiêu đen, muối và nước vừa đủ để ngập nguyên liệu. Mang hỗn hợp trên vào đun sôi.

c) Đun hỗn hợp cho đến khi thỏ đạt độ sệt như nước. Điều quan trọng là phải khuấy đều đáy vài phút một lần để tránh bị cháy. Quá trình này đòi hỏi một chút thời gian để đảm bảo nấu ăn thích hợp.

d) Sau khi nấu chín, sử dụng máy xay cầm tay để trộn đều các nguyên liệu. Mục đích là để đạt được kết cấu nhất quán chứ không phải là một hỗn hợp sệt. Để nó hơi sần sùi để tăng thêm kết cấu.

e) Ăn nóng Hares và rưới bơ tan chảy hoặc dầu ô liu lên trên để tăng thêm hương vị và đậm đà.

28.Thỏ cá Oman

THÀNH PHẦN:

- 1 chén lúa mì, ngâm qua đêm
- 1 kg phi lê cá (cá hồng hoặc cá bống tượng)
- 2 củ hành lớn, thái nhỏ
- 4 tép tỏi, băm nhỏ
- 1/4 cốc bơ sữa trâu
- 1 thìa cà phê bột nghệ
- Muối và hạt tiêu cho vừa ăn
- Nước

HƯỚNG DẪN:

a) Xả sạch lúa mì đã ngâm và xay thành bột nhão thô.
b) Trong nồi, xào hành và tỏi trong bơ sữa trâu cho đến khi có màu vàng nâu.
c) Thêm phi lê cá và chiên vàng cả hai mặt.
d) Khuấy bột nghệ, muối và hạt tiêu.
e) Đổ đủ nước để phủ hỗn hợp.
f) Thêm bột mì vào và nấu ở lửa nhỏ cho đến khi cá và lúa mì mềm.
g) Ăn nóng.

29.gà Shawarma

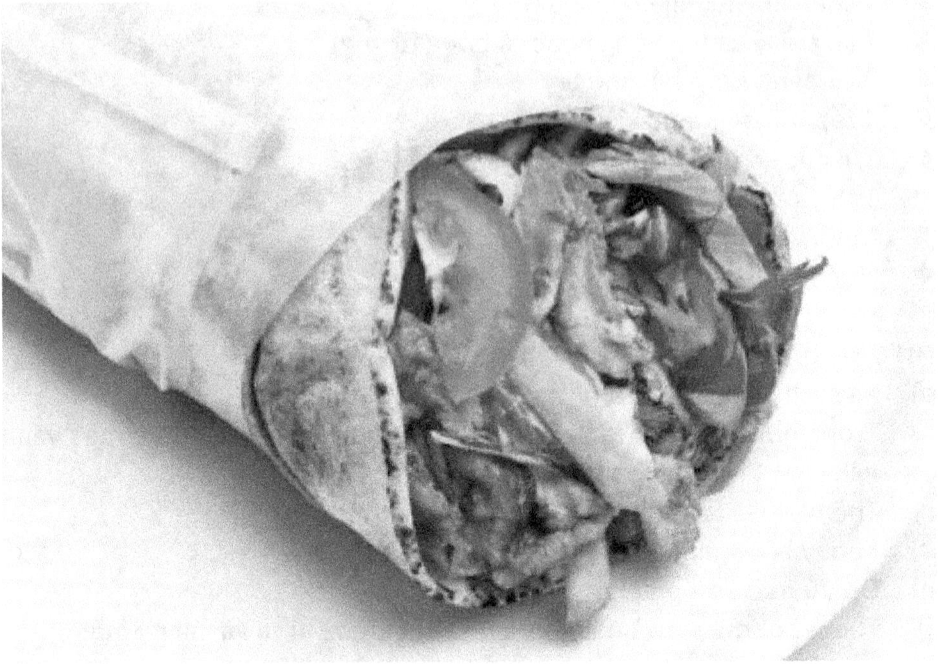

THÀNH PHẦN:

Thịt gà:

- 1 kg/2 lb phi lê đùi gà, không da và không xương (Lưu ý 3)

Gia vị:

- 1 tép tỏi lớn, băm nhỏ (hoặc 2 tép nhỏ)
- 1 muỗng canh rau mùi đất
- 1 muỗng canh thì là xay
- 1 muỗng canh bạch đậu khấu
- 1 thìa cà phê ớt cayenne xay (giảm xuống còn 1/2 thìa cà phê để bớt cay)
- 2 muỗng cà phê ớt bột hun khói
- 2 thìa cà phê muối
- Tiêu đen
- 2 muỗng canh nước cốt chanh
- 3 muỗng canh dầu ô liu

Sốt sữa chua:

- 1 cốc sữa chua Hy Lạp
- 1 tép tỏi, nghiền nát
- 1 muỗng cà phê thì là
- Vắt nước cốt chanh
- Muối và tiêu

Phục vụ:

- 4 – 5 bánh mì dẹt (bánh mì Lebanon hoặc bánh mì pita hoặc bánh mì dẹt mềm tự làm)
- Rau diếp thái lát (cos hoặc tảng băng trôi)
- lát cà chua
- Hành đỏ, thái nhỏ
- Phô mai, cắt nhỏ (tùy chọn)
- Nước sốt nóng tùy chọn (tùy chọn)

HƯỚNG DẪN:

Nước ướp gà:

a) Kết hợp các thành phần xốt trong một túi ziplock lớn. Thêm thịt gà vào, đậy kín, sau đó dùng tay xoa bóp từ bên ngoài để đảm bảo từng miếng thịt đều được phủ đều.

b) Ướp tối thiểu 3 tiếng, tốt nhất là 24 tiếng.

Sốt sữa chua:

c) Trong một bát, kết hợp các thành phần nước sốt sữa chua và trộn. Đậy nắp và để lạnh cho đến khi cần thiết (nó sẽ để được trong tủ lạnh trong 3 ngày).

d) Đun nóng một chảo chống dính lớn với 1 thìa dầu trên lửa vừa cao hoặc phết nhẹ dầu vào bếp/vỉ nướng BBQ và đun nóng ở mức trung bình cao. (Xem ghi chú khi làm bánh)

Nấu gà:

e) Đặt gà đã ướp vào chảo hoặc trên vỉ nướng và nấu mặt đầu tiên trong 4 đến 5 phút cho đến khi chín vàng. Lật và nấu mặt còn lại trong 3 đến 4 phút (mặt thứ hai mất ít thời gian hơn).

f) Lấy gà ra khỏi vỉ nướng và bọc lỏng bằng giấy bạc. Đặt sang một bên để nghỉ ngơi trong 5 phút.

g) Cắt lát thịt gà và xếp lên đĩa cùng với bánh mì dẹt, salad và Nước sốt sữa chua (hoặc nước sốt Tahini không chứa sữa trong công thức này).

h) Để làm lớp bọc, hãy lấy một miếng bánh mì dẹt, phết nước sốt sữa chua, phủ một chút rau diếp, cà chua và thịt gà Shawarma lên trên. Cuộn lại và thưởng thức!

30.tiếng Oman Shuwa

THÀNH PHẦN:

- 2 bắp chân cừu (mỗi loại khoảng 0,7 lbs, tốt nhất là loại đùi New Zealand)
- 2 muỗng cà phê Tỏi, nghiền nát
- 1 thìa cà phê gừng tỏi dán
- ¾ muỗng cà phê bột tiêu đen
- ¾ muỗng cà phê bột thì là
- 1 muỗng cà phê Hạt rau mùi, dạng bột hoặc 1 ¼ muỗng cà phê Bột rau mùi
- 10 đinh hương hoặc khoảng ¼ muỗng cà phê bột đinh hương
- 1 ½ thìa cà phê ớt bột
- 2 muỗng canh giấm (nên dùng giấm rượu vang đỏ)
- 1 quả chanh, ép lấy nước
- 2 – 2 ½ thìa cà phê Muối (điều chỉnh theo khẩu vị, sử dụng khoảng 2 thìa cà phê)
- 2 ½ - 3 thìa dầu
- Lá chuối (có thể dùng lá đông lạnh)

HƯỚNG DẪN:

Chuẩn bị thịt cừu:

a) Rửa sạch đùi cừu và tạo những vết cắt lớn và sâu. Điều này rất quan trọng để có được miếng thịt thơm và cay.

Làm nước sốt gia vị:

b) Trộn tất cả các thành phần ngoại trừ thịt cừu để tạo thành một hỗn hợp sệt.

Ướp thịt cừu:

c) Xoa hỗn hợp gia vị lên thịt cừu, đảm bảo gia vị ngấm vào vết thương. Dùng ngón tay chà xát thịt thật kỹ.

d) Đặt lá chuối vào khay nướng, đặt thịt cừu lên lá và đổ hỗn hợp gia vị còn lại lên trên.

e) Gấp lá chuối lên trên miếng thịt cừu để che kín hoàn toàn, tạo thành một gói. Đậy đĩa nướng và ướp trong tủ lạnh qua đêm hoặc trong 24 – 48 giờ.

f) Lấy thịt cừu đã ướp ra khỏi tủ lạnh và để trên mặt bàn khoảng 30 – 60 phút trước khi nấu để đưa thịt về nhiệt độ phòng (tùy chọn).

Nấu nướng:

g) Làm nóng lò ở nhiệt độ 250°F và đặt khay nướng vào bên trong. Nhớ tháo nắp/nắp của đĩa nướng.

h) Nướng thịt cừu bọc trong lá chuối trong 3 giờ hoặc cho đến khi thịt mềm. Lật thịt sau mỗi 1 – 1 tiếng rưỡi.

i) Tùy thuộc vào kích thước và độ dày của thịt mà thời gian nấu có thể lâu hơn.

j) Thay đổi nhiệt độ lò thành 350°F, mở màng bọc chuối và nấu thêm 20 phút nữa cho đến khi thịt có màu nâu sẫm.

k) Sau 3 tiếng, màng chuối sẽ khô và bắt đầu bong ra. Bạn có thể để lá trong đĩa và mở/gỡ lá ra khỏi mặt trên trước khi nướng ở nhiệt độ 350°F.

l) Lấy ra khỏi lò và để thịt nghỉ ít nhất 10 phút trước khi dùng.

m) Phục vụ Omani Shuwa với cơm có hương vị hoặc các món ăn kèm ưa thích của bạn.

31.Mishkak Oman

THÀNH PHẦN:

- 1 kg thịt bò bít tết, cắt khối
- 3 muỗng canh gừng tươi, xay
- 5 tép tỏi
- ½ quả đu đủ, xắt nhỏ
- 1 ½ muỗng canh muối
- 3 quả ớt đỏ bỏ hạt hoặc 1 muỗng canh ớt bột
- 1 muỗng canh nghệ
- 4 muỗng canh giấm (loại nào cũng được)
- 4 muỗng canh bột me (cần thiết)
- 1 muỗng canh bột thì là
- 1 muỗng canh tiêu đen
- 2 muỗng canh dầu (bất kỳ)

HƯỚNG DẪN:

a) Cắt thịt bò thành từng miếng vuông nhỏ, đảm bảo thích hợp để xiên nhưng không quá nhỏ hoặc quá lớn.

b) Trong máy xay thực phẩm, trộn tất cả nguyên liệu trừ thịt bò để tạo thành hỗn hợp sệt. Bắt đầu với các nguyên liệu lớn hơn như miếng đu đủ và chuyển sang dạng bột để có được sự pha trộn tối ưu.

c) Trộn đều nước xốt với các khối thịt bò, đảm bảo chúng được phủ đều. Để thịt bò ướp, tốt nhất là qua đêm, để thịt mềm và ngấm gia vị.

d) Xiên các khối thịt bò đã ướp.

e) Nướng xiên trên bếp than nóng hoặc dưới lò nướng thịt cho đến khi hơi cháy và mềm.

f) Tùy ý, phết một chút dầu trong quá trình nấu để thịt không bị khô.

g) Xoay xiên thường xuyên để đảm bảo xiên chín đều. Lưu ý không nên nấu quá chín vì có thể khiến thịt bị khô và dai.

h) Sau khi nấu chín, hãy dùng Mishkak nóng và thưởng thức những xiên thịt bò mềm, đầy hương vị.

32.Kabsa gà

THÀNH PHẦN:

Hỗn hợp gia vị Kabsa:

- 1/4 muỗng cà phê thảo quả xay
- 1/4 muỗng cà phê tiêu trắng xay
- 1/4 muỗng cà phê nghệ tây
- 1/2 muỗng cà phê quế xay
- 1/2 muỗng cà phê hạt tiêu xay
- 1/2 muỗng cà phê bột chanh khô

Kabsa gà:

- 2 muỗng canh dầu hoặc bơ
- 3 củ hành tây, thái lát
- 1 muỗng canh gừng băm (gừng dán)
- 1 muỗng canh tỏi băm (tỏi dán)
- 1 quả ớt xanh
- 2 lá nguyệt quế khô
- 6 tép
- 4 quả bạch đậu khấu
- 1 thanh quế
- 2 muỗng canh cà chua xay nhuyễn (bột cà chua)
- 1 nhúm hạt nhục đậu khấu
- 1/2 muỗng cà phê tiêu đen xay
- 1/4 muỗng cà phê thì là xay
- 1/2 muỗng cà phê rau mùi đất
- 3 củ cà rốt vừa, thái lát mỏng
- 200 g cà chua thái hạt lựu đóng hộp (hoặc 3 quả cà chua cắt nhỏ)
- 2 viên nước luộc gà
- 1 1/2 kg thịt gà nguyên con, cắt thành 6 miếng
- 3 chén gạo basmati, vo sạch
- 1/4 cốc nho khô
- Nước
- Muối để nếm
- Nho khô, để trang trí (tùy chọn)
- Hạnh nhân thái lát để trang trí (tùy chọn)

HƯỚNG DẪN:

Chuẩn bị hỗn hợp gia vị Kabsa:

a) Kết hợp bạch đậu khấu, hạt tiêu trắng, nghệ tây, quế, hạt tiêu và bột chanh vào một cái bát. Để qua một bên.

b) Đun nóng dầu trong chảo lớn có đáy nặng trên lửa vừa cao. Thêm hành, gừng, tỏi và ớt xanh. Xào cho đến khi hành chuyển sang màu vàng nâu.

c) Thêm lá nguyệt quế, đinh hương, vỏ bạch đậu khấu và thanh quế. Chiên trong một phút.

d) Khuấy cà chua xay nhuyễn. Thêm hạt nhục đậu khấu, hạt tiêu đen, thì là, rau mùi và hỗn hợp gia vị Kabsa đã chuẩn bị. Mùa muối. Chiên gia vị trong một phút.

e) Thêm cà rốt và cà chua thái hạt lựu. Khuấy và nấu trong 2 phút.

Gà nâu:

f) Thêm khối thịt gà và miếng thịt gà. Nướng gà, thỉnh thoảng quay trong khoảng 30 phút.

g) Lấy miếng thịt gà ra khỏi chảo và đặt sang một bên.

Nấu cơm:

h) Thêm gạo và nho khô vào chảo. Đổ vào 4 cốc nước. Mùa muối. Đun sôi.

i) Giảm nhiệt, đậy nắp và đun nhỏ lửa trong vòng 10 - 15 phút.

Gà nướng:

j) Làm nóng lò nướng trước. Nướng gà trong vòng 10-15 phút hoặc cho đến khi chín.

k) Ăn cơm với gà nướng.

l) Tùy chọn: Trang trí với nho khô và hạnh nhân thái lát.

33.tiếng Arsia của người Oman

THÀNH PHẦN:

ĐỐI VỚI GÀ:

- 1kg thịt gà, cắt miếng
- 1 chén gạo Basmati, vo sạch và ngâm
- 2 thìa bơ sữa
- 1 củ hành tây, thái nhỏ
- 2 quả cà chua, xắt nhỏ
- 2 quả ớt xanh, xắt nhỏ
- 1 muỗng canh tỏi dán
- 1 muỗng canh gừng dán
- 1/2 muỗng cà phê bột nghệ
- 1/2 muỗng cà phê bột ớt đỏ
- 1/2 thìa cà phê Garam Masala
- Muối để nếm
- 2 chén nước luộc gà

ĐỐI VỚI GẠO:

- 1 chén gạo Basmati, vo sạch và ngâm
- 1 muỗng canh bơ sữa trâu
- 2 cốc nước
- Muối để nếm

HƯỚNG DẪN:

CHUẨN BỊ GÀ:

a) Trong một cái nồi lớn, đun nóng ghee trên lửa vừa. Thêm hành tây xắt nhỏ và xào cho đến khi vàng nâu.

b) Thêm bột tỏi và bột gừng vào hành. Xào trong một phút cho đến khi mùi thô biến mất.

c) Cho các miếng thịt gà vào nồi và nấu cho đến khi chúng chín vàng đều các mặt.

d) Thêm cà chua xắt nhỏ, ớt xanh, bột nghệ, bột ớt đỏ, garam masala và muối. Trộn đều.

e) Đổ nước luộc gà vào và đun sôi hỗn hợp. Giảm nhiệt, đậy nắp nồi và đun nhỏ lửa cho đến khi gà chín.

CHUẨN BỊ GẠO:

f) Trong một nồi riêng, đun nóng ghee trên lửa vừa. Thêm gạo basmati đã ngâm và xào trong vài phút.

g) Đổ nước vào và thêm muối. Đun sôi hỗn hợp, sau đó giảm nhiệt, đậy nắp nồi và đun nhỏ lửa cho đến khi gạo chín và chất lỏng được hấp thụ.

LẮP RÁP ARSIA:

h) Trong đĩa phục vụ, xếp gà đã nấu chín cùng với nước dùng.

i) Rắc cơm basmati đã nấu chín lên gà.

j) Dùng nóng món Omani Chicken Arsia để thực khách có thể thưởng thức sự kết hợp đầy hương vị giữa cơm tẩm gia vị và thịt gà mềm.

34. Biryani gà Omani

THÀNH PHẦN:

Để ướp:

- 1kg thịt gà miếng
- 1 muỗng canh tỏi gừng
- 1 thìa cà phê bột gia vị nguyên chất
- 1 muỗng cà phê bột nghệ
- 1 muỗng canh bột ớt đỏ
- Muối để nếm
- 1 quả chanh, ép lấy nước

Đối với Biryani:

- 1kg gạo basmati ngâm 1 tiếng
- 2 củ hành tây, xắt nhỏ
- 2 quả cà chua, xắt nhỏ
- 2 thìa canh tỏi gừng
- Sợi nghệ tây ngâm sữa nóng với màu thực phẩm màu cam
- 100 gram Ghee nguyên chất
- 10 quả ớt xanh, xẻ rãnh
- 1 củ hành nâu vàng (để trang trí)
- 1 thìa cà phê bột thì là
- 1 muỗng cà phê bột quế
- 1 muỗng cà phê bột tiêu đen
- Lá rau mùi tươi, xắt nhỏ
- 1 chén hạt điều rang và hạnh nhân

HƯỚNG DẪN:

Ướp gà:

a) Trong một cái bát, trộn các miếng thịt gà với tương gừng tỏi, bột gia vị, bột nghệ, bột ớt đỏ, muối và nước cốt chanh. Ướp ít nhất 30 phút.
b) Đun nóng dầu trong chảo và nướng gà đã ướp cho đến khi mềm. Để qua một bên.

Chuẩn bị Biryani:

c) Trong một cái nồi lớn, đun nóng dầu. Thêm hành tây xắt nhỏ và xào cho đến khi vàng nâu.
d) Thêm gừng tỏi và ớt xanh cắt nhỏ. Xào cho đến khi mùi thô biến mất.
e) Thêm cà chua xắt nhỏ và muối. Xào cho đến khi cà chua mềm.
f) Thêm bột thì là, bột quế và bột tiêu đen. Trộn đều.

LỚP BIRYANI:

g) Trong nồi, xếp một nửa số cơm đã nấu chín một phần.
h) Thêm hoa quả khô rang, lá ngò cắt nhỏ, hành tây vàng nâu và miếng gà nướng vào.
i) Lặp lại việc xếp lớp với số cơm còn lại và phủ sữa nghệ tây và bơ sữa trâu lên trên.
j) Đậy nắp nồi và nấu trên lửa vừa cho đến khi cơm chín hoàn toàn.
k) Trang trí món Biryani gà Omani với nhiều lá rau mùi xắt nhỏ, hạt điều rang và hạnh nhân.
l) Phục vụ món biryani Oman chính thống và thưởng thức món ăn đậm đà và đầy hương vị!

35.Cà ri cá Omani (Saloonat Samak)

THÀNH PHẦN:

- 1 kg phi lê cá (cá hồng hoặc cá bống tượng)
- 2 quả cà chua lớn, xắt nhỏ
- 1 củ hành lớn, thái nhỏ
- 4 tép tỏi, băm nhỏ
- 1/4 chén bột me
- 2 thìa bột cà ri Omani
- 1 cốc nước cốt dừa
- Dầu thực vật
- Muối và hạt tiêu cho vừa ăn

HƯỚNG DẪN:

a) Trong chảo, xào hành và tỏi trong dầu thực vật cho đến khi mềm.
b) Thêm cà chua xắt nhỏ và nấu cho đến khi chúng vỡ ra.
c) Khuấy bột cà ri Omani và nấu trong vài phút.
d) Thêm bột me và nước cốt dừa vào rồi đun nhỏ lửa.
e) Nêm phi lê cá với muối và hạt tiêu, sau đó thêm chúng vào món cà ri đang sôi.
f) Nấu cho đến khi cá chín và cà ri đặc lại.
g) Ăn nóng với cơm.

36.Thịt cừu Oman Kabsa

THÀNH PHẦN:

- 2 chén gạo basmati
- 1 kg thịt cừu, cắt thành khối
- 2 củ hành lớn, thái nhỏ
- 3 quả cà chua, xắt nhỏ
- 1/2 chén bột cà chua
- 4 tép tỏi, băm nhỏ
- 2 thìa cà phê rau mùi đất
- 2 thìa cà phê thì là xay
- 1 muỗng cà phê quế xay
- 1 thìa cà phê thảo quả xay
- 4 chén nước luộc gà hoặc thịt cừu
- Dầu thực vật
- Muối và hạt tiêu cho vừa ăn

HƯỚNG DẪN:

a) Trong một cái nồi lớn, xào hành tây trong dầu thực vật cho đến khi vàng nâu.
b) Thêm khối thịt cừu và màu nâu ở tất cả các mặt.
c) Khuấy tỏi băm, rau mùi xay, thì là, quế xay và bạch đậu khấu xay.
d) Thêm cà chua xắt nhỏ và bột cà chua vào, nấu cho đến khi cà chua nát.
e) Đổ nước dùng vào và đun sôi.
f) Thêm gạo, muối và hạt tiêu. Nấu cho đến khi cơm chín.
g) Ăn nóng, trang trí với hạnh nhân chiên và hạt thông.

37.Saloona rau Omani

THÀNH PHẦN:

- 2 củ khoai tây, gọt vỏ và thái hạt lựu
- 2 củ cà rốt, gọt vỏ và thái hạt lựu
- 1 chén đậu xanh, xắt nhỏ
- 1 cốc bí ngô, thái hạt lựu
- 1 cốc bí xanh, thái hạt lựu
- 1 củ hành lớn, thái nhỏ
- 3 quả cà chua, xắt nhỏ
- 3 tép tỏi, băm nhỏ
- 2 muỗng canh bột cà chua
- 1 thìa cà phê rau mùi đất
- 1 thìa cà phê thì là xay
- 1 thìa cà phê bột nghệ
- 4 chén nước luộc rau
- Dầu thực vật
- Muối và hạt tiêu cho vừa ăn

HƯỚNG DẪN:

a) Trong nồi, xào hành tây trong dầu thực vật cho đến khi vàng nâu.
b) Thêm tỏi băm, rau mùi xay, thì là xay và nghệ xay. Nấu trong vài phút.
c) Khuấy cà chua cắt nhỏ và bột cà chua, nấu cho đến khi cà chua nát.
d) Thêm khoai tây thái hạt lựu, cà rốt, đậu xanh, bí ngô và bí xanh.
e) Đổ nước luộc rau vào và đun nhỏ lửa.
f) Nêm với muối và hạt tiêu.
g) Đun nhỏ lửa cho đến khi rau mềm.
h) Ăn nóng với cơm.

38.Mandi thịt cừu Oman

THÀNH PHẦN:

- 1 kg thịt cừu, cắt thành khối
- 2 chén gạo basmati
- 2 củ hành lớn, thái nhỏ
- 4 tép tỏi, băm nhỏ
- 1/4 chén dầu thực vật
- 2 muỗng canh hỗn hợp gia vị Mandi (rau mùi, thì là, chanh đen, quế, bạch đậu khấu)
- 4 chén nước luộc thịt cừu hoặc gà
- Muối, để nếm

HƯỚNG DẪN:

a) Trong một cái nồi lớn, xào hành và tỏi trong dầu thực vật cho đến khi có màu vàng nâu.
b) Thêm khối thịt cừu và màu nâu ở tất cả các mặt.
c) Khuấy hỗn hợp gia vị Mandi và muối.
d) Đổ nước dùng vào và đun sôi.
e) Thêm gạo và nấu cho đến khi cả cơm và thịt cừu đều chín.
f) Ăn nóng, trang trí với hành phi.

39.Thịt cừu Oman Kabuli

THÀNH PHẦN:

- 1 kg thịt cừu, cắt thành khối
- 2 chén gạo basmati
- 2 củ hành lớn, thái nhỏ
- 4 tép tỏi, băm nhỏ
- 1/4 chén dầu thực vật
- 1 chén đậu xanh, nấu chín
- 1 thìa cà phê rau mùi đất
- 1 thìa cà phê thì là xay
- 4 chén nước luộc thịt cừu hoặc gà
- Muối và hạt tiêu cho vừa ăn

HƯỚNG DẪN:

a) Trong một cái nồi lớn, xào hành và tỏi trong dầu thực vật cho đến khi có màu vàng nâu.
b) Thêm khối thịt cừu và màu nâu ở tất cả các mặt.
c) Khuấy rau mùi, thì là, muối và hạt tiêu.
d) Đổ nước dùng vào và đun sôi.
e) Thêm gạo và đậu xanh đã nấu chín vào, nấu cho đến khi cả cơm và thịt cừu đều chín.
f) Ăn nóng.

Omani Kofta với sốt bí ngòi

Ngày 28 tháng 6 năm 2023 bởi Laura

Sau bài đăng tháng trước về đồ trang sức Harappan được tìm thấy trong một ngôi mộ thời đồ đồng ở Oman, tôi muốn chia sẻ với bạn một công thức nấu ăn ngon, hiện đại của người Oman từ bộ sưu tập của tôi. Với sự phong phú của bí xanh và các loại bí khác trong mùa hè, đây là công thức nướng tuyệt vời và sẽ trở thành một trong những món yêu thích mới của bạn.

Đừng cảnh giác với lượng rau thơm và gia vị trong thịt. Quế trong kofta được thuần hóa bằng cách nấu và nước sốt có hương vị thơm ngon - ngay cả khi chính tôi cũng nói như vậy. Món ăn là "người giữ" trong nhà của chúng ta, tôi hy vọng nó cũng sẽ ở trong nhà bạn.

40.Omani Kofta với sốt bí ngòi

THÀNH PHẦN:

KOFTA

- 1 pound thịt bò băm
- 1 bó rau mùi tây nhỏ, băm nhỏ
- 1 củ hành đỏ vừa, băm nhỏ
- 1-2 muỗng canh quế
- Muối/tiêu cho vừa ăn

SỐT BÍ QUYỀN

- 2-3 muỗng cà phê dầu ô liu
- 8 tép tỏi băm nhỏ
- 1 muỗng canh ớt đỏ nghiền
- 2-3 muỗng cà phê giấm balsamic
- 1 lon lớn (hoặc 2 lon nhỏ) cà chua xắt nhỏ
- 4 lá nguyệt quế
- 2-3 quả bí xanh vừa
- 1 bó rau mùi tây nhỏ, băm nhỏ
- 1 bó bạc hà nhỏ, thái nhỏ
- Muối/tiêu cho vừa ăn

HƯỚNG DẪN:

a) Làm nóng gà thịt trước. Trộn tất cả các thành phần của kofta. Tạo hình ngón tay hoặc quả bóng. Bôi nhẹ hoặc xịt vào chảo gà thịt. Nấu kofta cách ngọn lửa 2-3 inch. Thời gian nấu sẽ khác nhau tùy theo kích cỡ của kofta nhưng hãy thử nấu trong 2-3 phút mỗi mặt. (Thay vào đó cũng có thể nướng kofta).

b) Đối với nước sốt bí xanh, cho một ít dầu ô liu vào chảo rồi xào tỏi và ớt đỏ trong 3 phút. Thêm giấm balsamic và sau một phút, thêm tất cả cà chua xắt nhỏ cùng với lá nguyệt quế vào. Đợi cho đến khi nước sốt bắt đầu sôi thì đậy nắp nồi lại và để lửa nhỏ nhất trong 10 phút.

c) Cắt bí xanh thành từng miếng nhỏ và xào với thêm một chút dầu ô liu cho đến khi bắt đầu mềm. Sau đó, thêm chúng vào nước sốt cà chua. Thêm rau mùi tây và bạc hà vào nước sốt và khuấy đều. Thêm một ít muối và hạt tiêu tùy thích.

d) Nấu thêm vài phút nữa để hương vị của các loại thảo mộc ngấm vào chảo. Sau đó, đặt kofta lên đĩa phục vụ và rưới một ít nước sốt lên và dọn phần còn lại lên trên.

41.Madrouba

THÀNH PHẦN:

- 200 mL gạo trắng hạt dài như basmati
- 50ml đậu lăng đỏ
- 100ml đậu xanh nấu chín
- 4 muỗng canh dầu, chẳng hạn như dầu hạt cải (xem ghi chú)
- ¼ củ hành, xắt nhỏ
- 4 tép tỏi, băm nhỏ
- 2 muỗng cà phê gừng tươi, xay
- 1 quả cà chua, thái hạt lựu
- 2 quả chanh khô nguyên quả xem ghi chú
- 2 thìa cà phê nghệ
- 2 thìa thì là
- 2 muỗng cà phê rau mùi đất
- 1 muỗng cà phê quế xay
- 1 muỗng cà phê bạch đậu khấu
- 1 nhúm hạt nhục đậu khấu
- 1 viên nước luộc rau củ
- ớt cayenne để nếm thử
- muối để nếm

HÀNG ĐẦU (TÙY CHỌN)

- 1 muỗng canh dầu hạt cải
- ¼ củ hành tây, thái lát mỏng
- chanh tươi

HƯỚNG DẪN:

a) Đối với chanh khô, cắt chúng ra và xé phần thịt mềm, sẫm màu. Bỏ hạt và vỏ. Cắt nhỏ và thêm vào nồi.
b) Đặt một cái nồi lớn trên lửa vừa đến cao. Thêm 2-3 muỗng canh dầu hạt cải.
c) Chiên hành tây thái hạt lựu cho đến khi nó bắt đầu chuyển sang màu nâu.
d) Thêm tỏi và gừng vào khuấy đều cho đến khi mềm và có mùi thơm.
e) Thêm cà chua thái hạt lựu và tất cả các loại gia vị, kể cả chanh khô hoặc vỏ.
f) Khuấy gạo, đậu lăng và đậu xanh. Thêm 600ml nước vào đun sôi.
g) Để cơm sôi ở nhiệt độ thấp trong 40-60 phút. Khuấy thường xuyên và thêm nước nếu cần. Cuối cùng tôi đã sử dụng tổng cộng 1200 mL.
h) Trong khi đó, xào hành tây thái mỏng cho đến khi có màu nâu sẫm.
i) Khi cơm mềm và bắt đầu nát, hãy hoàn thành món ăn bằng cách nghiền cơm bằng máy nghiền khoai tây.
j) Tùy chọn: khuấy một ít dầu ô liu.
k) Ăn nóng và phủ lên trên cùng hành tây chiên và có thể thêm vài lát chanh tươi.

42.Cơm gà với hành tây và bạch đậu khấu

THÀNH PHẦN:

- 3 muỗng canh / 40 g đường
- 3 muỗng canh / 40ml nước
- 2½ muỗng canh / 25 g dâu tây (hoặc quả lý chua)
- 4 muỗng canh dầu ô liu
- 2 củ hành vừa, thái lát mỏng (tổng cộng 2 cốc / 250 g)
- 2¼ lb / 1 kg đùi gà có da, bỏ xương hoặc 1 con gà nguyên con, cắt làm tư
- 10 quả bạch đậu khấu
- làm tròn ¼ thìa cà phê đinh hương
- 2 thanh quế dài, bẻ làm đôi
- 1⅔ cốc / 300 g gạo basmati
- 2¼ cốc / 550 ml nước sôi
- 1½ muỗng canh / 5 g lá mùi tây lá phẳng, xắt nhỏ
- ½ cốc/5 g lá thì là, xắt nhỏ
- ¼ cốc / 5 g lá ngò, xắt nhỏ
- ⅓ cốc/100 g sữa chua Hy Lạp, trộn với 2 thìa dầu ô liu (tuỳ thích)
- muối và hạt tiêu đen mới xay

HƯỚNG DẪN

a) Cho đường và nước vào nồi nhỏ, đun nóng cho đến khi đường tan. Tắt bếp, thêm dâu tây vào và để sang một bên để ngâm. Nếu dùng nho, bạn không cần ngâm theo cách này.

b) Trong khi đó, đun nóng một nửa dầu ô liu trong chảo xào lớn có nắp đậy trên lửa vừa, thêm hành tây vào và nấu trong vòng 10 đến 15 phút, thỉnh thoảng đảo đều cho đến khi hành tây chuyển sang màu nâu vàng đậm. Chuyển hành tây vào một cái bát nhỏ và lau sạch chảo.

c) Đặt gà vào tô trộn lớn và nêm 1½ thìa cà phê muối và hạt tiêu đen. Thêm dầu ô liu, bạch đậu khấu, đinh hương và quế còn lại rồi dùng tay trộn đều mọi thứ với nhau. Làm nóng chảo lần nữa rồi cho thịt gà và gia vị vào.

d) Áp chảo mỗi mặt trong 5 phút rồi lấy ra khỏi chảo (điều này rất quan trọng vì nó giúp gà chín từng phần). Gia vị có thể đọng lại trong chảo nhưng đừng lo lắng nếu chúng dính vào gà.

e) Loại bỏ hầu hết lượng dầu còn lại, chỉ để lại một lớp màng mỏng ở phía dưới. Thêm gạo, hành tây caramen, 1 muỗng cà phê muối và nhiều hạt tiêu đen. Xả sạch quả dâu tây và thêm chúng vào. Khuấy đều và cho gà đã ướp vào chảo, đổ vào cơm.

f) Đổ nước sôi lên cơm và thịt gà, đậy nắp và nấu trên lửa rất nhỏ trong 30 phút. Nhấc chảo ra khỏi bếp, mở nắp, nhanh chóng đặt một chiếc khăn sạch lên trên chảo và đậy nắp lại. Để yên đĩa trong 10 phút nữa. Cuối cùng, thêm các loại thảo mộc vào và dùng nĩa khuấy đều và trộn cơm. Hương vị và thêm nhiều muối và hạt tiêu nếu cần. Ăn nóng hoặc ấm với sữa chua nếu thích.

43.Thịt bò viên với đậu Fava và chanh

THÀNH PHẦN:

- 4½ muỗng canh dầu ô liu
- 2⅓ cốc / 350 g đậu fava, tươi hoặc đông lạnh
- 4 nhánh húng tây
- 6 tép tỏi, thái lát
- 8 củ hành lá, cắt chéo thành các đoạn ¾ inch / 2cm
- 2½ muỗng canh nước cốt chanh mới vắt
- 2 cốc/500ml nước luộc gà
- muối và hạt tiêu đen mới xay
- 1½ muỗng cà phê mỗi loại rau mùi tây lá phẳng cắt nhỏ, bạc hà, thì là và ngò để hoàn thành

THỊT VIÊN

- 10 oz / 300 g thịt bò xay
- 5 oz / 150 g thịt cừu xay
- 1 củ hành vừa, thái nhỏ
- 1 cốc / 120 g vụn bánh mì
- 2 muỗng canh mỗi loại rau mùi tây lá phẳng, bạc hà, thì là và ngò
- 2 tép tỏi lớn, nghiền nát
- 4 muỗng cà phê hỗn hợp gia vị baharat (mua ở cửa hàng hoặc xem công thức)
- 4 muỗng cà phê thì là xay
- 2 muỗng cà phê nụ bạch hoa, xắt nhỏ
- 1 quả trứng, đánh bông

HƯỚNG DẪN

a) Đặt tất cả nguyên liệu thịt viên vào tô trộn lớn. Thêm ¾ thìa cà phê muối và nhiều hạt tiêu đen rồi trộn đều bằng tay. Tạo thành những quả bóng có kích thước tương đương với quả bóng bàn. Đun nóng 1 thìa dầu ô liu trên lửa vừa trong chảo rán cực lớn có nắp đậy. Áp chảo một nửa số viên thịt, lật chúng cho đến khi toàn thân có màu nâu, khoảng 5 phút. Lấy ra, thêm 1½ thìa cà phê dầu ô liu vào chảo và nấu mẻ thịt viên còn lại. Lấy ra khỏi chảo và lau sạch.

b) Trong khi nấu thịt viên, cho đậu fava vào nồi với nhiều nước sôi có pha muối và chần trong 2 phút. Xả và làm mới dưới nước lạnh. Loại bỏ vỏ của một nửa số đậu fava và loại bỏ vỏ.

c) Đun nóng 3 muỗng canh dầu ô liu còn lại trên lửa vừa trong cùng một chảo mà bạn đã chiên thịt viên. Thêm húng tây, tỏi và hành lá vào xào trong 3 phút. Thêm đậu fava chưa gọt vỏ, 1½ thìa nước cốt chanh, ⅓ cốc / 80 ml nước dùng, ¼ thìa cà phê muối và nhiều hạt tiêu đen. Đậu gần như phải được bao phủ bởi chất lỏng. Đậy chảo và nấu trên lửa nhỏ trong 10 phút.

d) Cho thịt viên trở lại chảo rán chứa đậu fava. Thêm lượng nước còn lại vào, đậy nắp chảo và đun nhỏ lửa trong 25 phút. Nếm thử nước sốt và điều chỉnh gia vị. Nếu nó chảy nhiều, hãy tháo nắp và giảm bớt một chút. Sau khi thịt viên ngừng nấu, chúng sẽ ngấm rất nhiều nước, vì vậy hãy đảm bảo rằng lúc này vẫn còn nhiều nước sốt. Bây giờ bạn có thể để thịt viên ở ngoài bếp, tắt bếp cho đến khi sẵn sàng phục vụ.

e) Ngay trước khi ăn, hâm nóng thịt viên và thêm một ít nước nếu cần để có đủ nước sốt. Thêm các loại thảo mộc còn lại, 1 thìa nước cốt chanh còn lại và đậu fava đã bóc vỏ vào và khuấy thật nhẹ nhàng. Phục vụ ngay lập tức.

44.Thịt cừu viên với quả mâm xôi, sữa chua và thảo dược

TÔI

NGUYÊN LIỆU:

- 1⅔ lb / 750 g thịt cừu xay
- 2 củ hành vừa, thái nhỏ
- ⅔ oz / 20 g rau mùi tây lá dẹt, thái nhỏ
- 3 tép tỏi, nghiền nát
- ¾ muỗng cà phê hạt tiêu xay
- ¾ muỗng cà phê quế xay
- 6 muỗng canh / 60 g dâu tây
- 1 quả trứng gà thả vườn lớn
- 6½ muỗng canh / 100 ml dầu hướng dương
- 1½ lb / 700 g chuối hoặc hẹ lớn khác, gọt vỏ
- ¾ cốc cộng 2 muỗng canh / 200 ml rượu trắng
- 2 cốc/500ml nước luộc gà
- 2 lá nguyệt quế
- 2 nhánh húng tây
- 2 muỗng cà phê đường
- 5 oz / 150 g quả sung khô
- 1 cốc/200 g sữa chua Hy Lạp
- 3 muỗng canh hỗn hợp bạc hà, ngò, thì là và tarragon, xé thô
- muối và hạt tiêu đen mới xay

HƯỚNG DẪN

a) Cho thịt cừu, hành tây, rau mùi tây, tỏi, hạt tiêu, quế, quả dâu tây, trứng, 1 thìa cà phê muối và ½ thìa cà phê tiêu đen vào tô lớn. Trộn đều bằng tay, sau đó vo thành những quả bóng có kích thước bằng quả bóng golf.
b) Đun nóng một phần ba lượng dầu trên lửa vừa trong một chiếc nồi lớn, có đáy nặng và có nắp đậy kín. Cho vài viên thịt vào nấu chín rồi lật lại trong vài phút cho đến khi chín đều. Lấy ra khỏi nồi và đặt sang một bên. Nấu các viên thịt còn lại theo cách tương tự.
c) Lau sạch nồi và thêm lượng dầu còn lại vào. Thêm hẹ vào và nấu trên lửa vừa trong 10 phút, khuấy thường xuyên cho đến khi có màu vàng nâu. Thêm rượu vào, để sủi bọt trong một hoặc hai phút, sau đó thêm nước luộc gà, lá nguyệt quế, húng tây, đường và một ít muối và hạt tiêu. Xếp quả sung và thịt viên vào giữa và bên trên củ hẹ; thịt viên gần như phải được bao phủ trong chất lỏng. Đun sôi, đậy nắp, giảm nhiệt xuống rất thấp và để sôi trong 30 phút. Mở nắp và đun nhỏ lửa trong khoảng một giờ nữa cho đến khi nước sốt giảm bớt và có hương vị đậm đà hơn. Hương vị và thêm muối và hạt tiêu nếu cần.
d) Chuyển sang một món ăn lớn, sâu lòng. Đánh đều sữa chua, đổ lên trên và rắc các loại thảo mộc.

45.Risotto lúa mạch với Feta ướp

THÀNH PHẦN:

- 1 cốc / 200 g lúa mạch trân châu
- 2 muỗng canh / 30 g bơ không muối
- 6 muỗng canh / 90ml dầu ô liu
- 2 cọng cần tây nhỏ, cắt thành miếng xúc xắc ¼-inch / 0,5cm
- 2 củ hẹ nhỏ, cắt thành miếng xúc xắc ¼-inch / 0,5cm
- 4 tép tỏi, cắt thành xúc xắc 1/16 inch / 2 mm
- 4 nhánh húng tây
- ½ muỗng cà phê ớt bột xông khói
- 1 lá nguyệt quế
- 4 dải vỏ chanh
- ¼ muỗng cà phê mảnh ớt
- một lon cà chua cắt nhỏ 14-oz / 400g
- 3 cốc / 700 ml nước luộc rau
- 1¼ cốc / 300 ml passata (cà chua nghiền đã rây)
- 1 muỗng canh hạt caraway
- 10½ oz / 300 g phô mai feta, chia thành từng miếng khoảng ¾ inch / 2cm
- 1 muỗng canh lá oregano tươi
- muối

HƯỚNG DẪN

a) Rửa sạch lúa mạch trân châu dưới nước lạnh và để ráo nước.

b) Đun chảy bơ và 2 thìa dầu ô liu trong chảo rán rất lớn rồi nấu cần tây, hẹ tây và tỏi trên lửa nhẹ trong 5 phút cho đến khi mềm. Thêm lúa mạch, húng tây, ớt bột, lá nguyệt quế, vỏ chanh, mảnh ớt, cà chua, nước kho, passata và muối. Khuấy để kết hợp.

c) Đun sôi hỗn hợp, sau đó giảm lửa nhỏ và nấu trong 45 phút, khuấy thường xuyên để đảm bảo cơm risotto không dính vào đáy chảo. Khi đã sẵn sàng, lúa mạch phải mềm và hấp thụ hầu hết chất lỏng.

d) Trong khi đó, nướng hạt caraway trên chảo khô trong vài phút. Sau đó nghiền nhẹ để còn lại một ít hạt. Thêm chúng vào feta cùng với 4 thìa/60 ml dầu ô liu còn lại và trộn nhẹ nhàng để kết hợp.

e) Sau khi món risotto đã sẵn sàng, kiểm tra gia vị rồi chia vào bốn bát nông. Phủ feta đã ướp lên trên, bao gồm cả dầu và rắc lá oregano.

46.Gà nướng với clementines

THÀNH PHẦN:

- 6½ muỗng canh / 100 ml arak, ouzo hoặc Pernod
- 4 muỗng canh dầu ô liu
- 3 muỗng canh nước cam mới vắt
- 3 muỗng canh nước cốt chanh mới vắt
- 2 muỗng canh hạt mù tạt
- 3 muỗng canh đường nâu nhạt
- 2 củ thì là vừa (tổng cộng 1 lb / 500 g)
- 1 con gà hữu cơ hoặc gà thả vườn cỡ lớn, khoảng 2¾ lb/1,3 kg, chia thành 8 miếng, hoặc cùng trọng lượng ở đùi gà có da, có xương
- 4 quả quýt nhỏ, chưa gọt vỏ (tổng cộng 14 oz / 400 g), cắt theo chiều ngang thành các lát ¼ inch / 0,5cm
- 1 muỗng canh lá húng tây
- 2½ muỗng cà phê hạt thì là, nghiền nhẹ
- muối và hạt tiêu đen mới xay
- mùi tây lá phẳng xắt nhỏ, để trang trí

HƯỚNG DẪN

a) Cho sáu nguyên liệu đầu tiên vào tô trộn lớn và thêm 2½ thìa cà phê muối và 1½ thìa cà phê tiêu đen. Đánh đều và đặt sang một bên.

b) Cắt bỏ cây thì là và cắt từng củ làm đôi theo chiều dọc. Cắt mỗi nửa thành 4 nêm. Thêm thì là vào chất lỏng, cùng với các miếng thịt gà, lát cam quýt, húng tây và hạt thì là. Dùng tay khuấy đều, sau đó để ướp trong tủ lạnh vài tiếng hoặc qua đêm (bỏ qua công đoạn ướp cũng được nếu bạn có thời gian).

c) Làm nóng lò ở nhiệt độ 475°F / 220°C. Chuyển thịt gà và nước xốt vào khay nướng đủ lớn để chứa mọi thứ một cách thoải mái trong một lớp duy nhất (khoảng 12 x 14½ inch / 30 x 37 cm chảo); da gà phải hướng lên trên. Sau khi lò đủ nóng, cho chảo vào lò nướng và nướng trong 35 đến 45 phút cho đến khi gà đổi màu và chín đều. Lấy ra khỏi lò.

d) Nhấc gà, thì là và quýt ra khỏi chảo và bày ra đĩa phục vụ; che chắn và giữ ấm.

e) Đổ nước nấu vào nồi nhỏ, đặt trên lửa vừa cao, đun sôi rồi đun nhỏ lửa cho đến khi nước sốt giảm đi 1/3, như vậy bạn còn lại khoảng ⅓ cốc / 80 ml.

f) Rưới nước sốt nóng lên gà, trang trí với một ít rau mùi tây và thưởng thức.

47.Mejadra

THÀNH PHẦN:

- 1¼ cốc / 250 g đậu lăng xanh hoặc nâu
- 4 củ hành vừa (1½ lb / 700 g trước khi gọt vỏ)
- 3 muỗng canh bột mì đa dụng
- khoảng 1 cốc/250 ml dầu hướng dương
- 2 muỗng cà phê hạt thì là
- 1½ muỗng canh hạt rau mùi
- 1 cốc / 200 g gạo basmati
- 2 muỗng canh dầu ô liu
- ½ muỗng cà phê bột nghệ
- 1½ muỗng cà phê hạt tiêu xay
- 1½ muỗng cà phê quế xay
- 1 muỗng cà phê đường
- 1½ cốc / 350 ml nước
- muối và hạt tiêu đen mới xay

HƯỚNG DẪN

a) Cho đậu lăng vào nồi nhỏ, đổ nhiều nước, đun sôi và nấu trong vòng 12 đến 15 phút, cho đến khi đậu lăng mềm nhưng vẫn còn hơi chát. Xả và đặt sang một bên.

b) Gọt vỏ hành tây và cắt lát mỏng. Đặt lên một đĩa phẳng lớn, rắc bột mì và 1 thìa cà phê muối rồi trộn đều bằng tay. Đun nóng dầu hướng dương trong chảo có đáy nặng vừa phải đặt trên lửa cao. Đảm bảo dầu nóng bằng cách cho một miếng hành tây nhỏ vào; nó sẽ kêu xèo xèo mạnh mẽ. Giảm nhiệt xuống mức trung bình cao và cẩn thận (có thể nhổ!) thêm một phần ba số hành tây thái lát. Chiên khoảng 5 đến 7 phút, thỉnh thoảng dùng thìa có rãnh đảo đều cho đến khi hành tây có màu nâu vàng đẹp mắt và giòn (điều chỉnh nhiệt độ để hành không bị chiên quá nhanh và bị cháy). Dùng thìa chuyển hành tây vào rây có lót khăn giấy và rắc thêm một chút muối. Làm tương tự với hai mẻ hành còn lại; thêm một chút dầu nếu cần thiết.

c) Lau sạch chảo nơi bạn đã xào hành rồi cho hạt thì là và hạt rau mùi vào. Đặt trên lửa vừa và nướng hạt trong một hoặc hai phút. Thêm gạo, dầu ô liu, nghệ, hạt tiêu, quế, đường, ½ thìa cà phê muối và nhiều hạt tiêu đen. Khuấy đều để cơm thấm dầu rồi cho đậu lăng đã nấu chín và nước vào. Đun sôi, đậy nắp và đun nhỏ lửa ở nhiệt độ rất thấp trong 15 phút.

d) Tắt bếp, nhấc nắp ra và nhanh chóng đậy chảo bằng khăn sạch. Đậy chặt nắp và để yên trong 10 phút.

e) Cuối cùng, cho nửa củ hành tây phi vào cơm và đậu lăng rồi dùng nĩa khuấy nhẹ. Đổ hỗn hợp vào một cái bát nông và đặt phần còn lại của hành tây lên trên.

48.Couscous với cà chua và hành tây

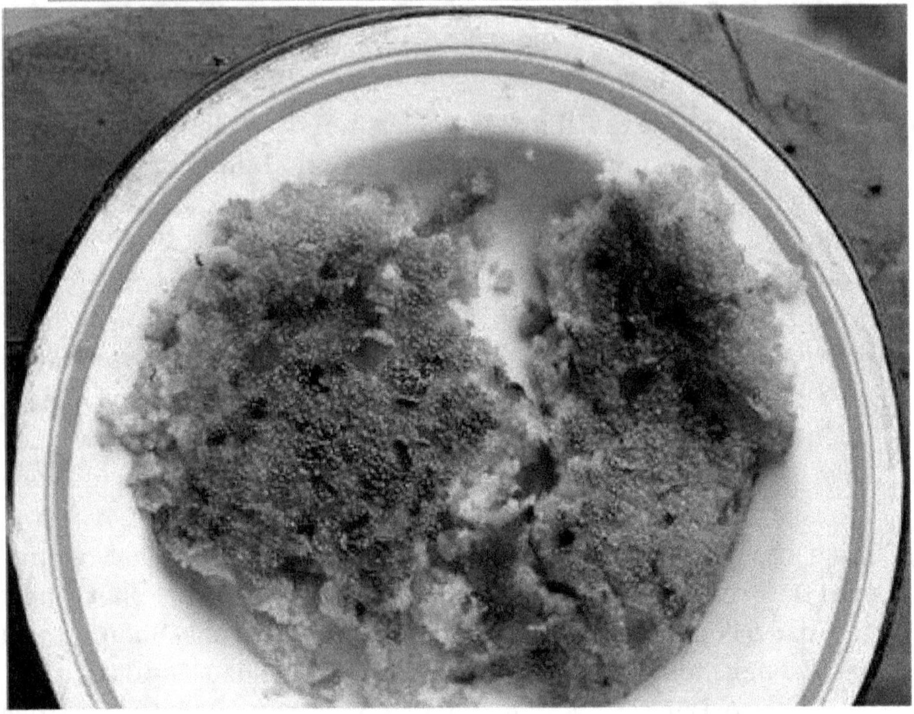

THÀNH PHẦN:

- 3 muỗng canh dầu ô liu
- 1 củ hành vừa, thái nhỏ (tổng cộng 1 cốc / 160 g)
- 1 muỗng canh bột cà chua
- ½ muỗng cà phê đường
- 2 quả cà chua thật chín, cắt thành khối ¼ inch / 0,5cm (tổng cộng 1¾ cốc / 320 g)
- 1 cốc / 150 g couscous
- 1 cốc / 220 ml nước luộc gà hoặc rau luộc
- 2½ muỗng canh / 40 g bơ không muối
- muối và hạt tiêu đen mới xay

HƯỚNG DẪN

a) Đổ 2 thìa dầu ô liu vào chảo chống dính có đường kính khoảng 8½ inch / 22 cm và đặt trên lửa vừa. Thêm hành tây và nấu trong 5 phút, khuấy thường xuyên cho đến khi mềm nhưng không có màu. Khuấy bột cà chua và đường và nấu trong 1 phút.

b) Thêm cà chua, ½ muỗng cà phê muối và một ít hạt tiêu đen vào nấu trong 3 phút.

c) Trong khi đó, cho couscous vào một cái bát nông, đổ nước luộc lên trên và bọc lại bằng màng bọc thực phẩm. Để yên trong 10 phút, sau đó tháo nắp và dùng nĩa đánh bông couscous. Thêm nước sốt cà chua và khuấy đều.

d) Lau sạch chảo rồi đun nóng bơ và 1 thìa dầu ô liu còn lại trên lửa vừa. Khi bơ đã tan chảy, múc couscous vào chảo và dùng mặt sau của thìa vỗ nhẹ để tất cả được gói khít.

e) Đậy nắp chảo, giảm nhiệt xuống mức thấp nhất và để couscous hấp trong vòng 10 đến 12 phút, cho đến khi bạn có thể nhìn thấy màu nâu nhạt xung quanh các cạnh. Sử dụng thìa bù đắp hoặc dao để giúp bạn nhìn giữa mép của couscous và thành chảo: bạn muốn có một cạnh thực sự sắc nét trên khắp đế và các mặt.

f) Úp một chiếc đĩa lớn lên trên chảo rồi nhanh chóng úp chảo và đĩa lại với nhau, thả couscous lên đĩa. Thưởng thức khi còn nóng hoặc ở nhiệt độ phòng.

Súp

49.Súp cà rốt rang với gia vị Dukkah

THÀNH PHẦN:

- 1/2 chén quả hồ trăn tự nhiên nguyên vỏ, không ướp muối
- 2 muỗng canh hạt vừng
- 2 thìa cà phê hạt rau mùi
- 2 thìa cà phê hạt thì là
- 1/2 muỗng cà phê hạt thì là
- 1/4 muỗng cà phê hạt tiêu đen nguyên hạt
- 2 muỗng cà phê muối kosher, và nhiều hơn nữa để nếm thử
- 2 thìa cà phê nghệ
- 1/2 muỗng cà phê quế
- 1/2 muỗng cà phê hạt nhục đậu khấu, mới xay
- 2 thìa cà phê thì là, mới xay
- 1 thìa cà phê Omani (chanh xay)
- 1/4 chén giấm táo
- 2 pound cà rốt, gọt vỏ, cắt thành hình mặt trăng 1/2 inch
- 1 củ hành vàng lớn, gọt vỏ, cắt thành lát 1/4 inch
- 8 tép tỏi, bóc vỏ
- 4-8 muỗng canh bơ không muối, đun chảy
- Tiêu đen mới xay, vừa ăn
- 6 chén nước luộc gà
- Sữa chua Hy Lạp nguyên chất đầy đủ chất béo, để trang trí
- Rau mùi, cắt nhỏ để trang trí

HƯỚNG DẪN:

Chuẩn bị hỗn hợp gia vị Dukkah:

a) Nướng quả hồ trăn trong chảo khô trên lửa vừa thấp cho đến khi có màu vàng nâu. Chuyển sang đĩa nhỏ và để nguội.

b) Trong cùng một chảo, thêm hạt vừng, hạt rau mùi, hạt thì là, hạt thì là và hạt tiêu. Nướng cho đến khi có mùi thơm thì chuyển ra đĩa cùng các loại hạt và để nguội.

c) Chuyển hỗn hợp hạt và gia vị cùng với 1 muỗng cà phê muối vào máy xay thực phẩm hoặc cối và chày. Xay thô để tạo thành hỗn hợp gia vị Dukkah. Điều này có thể được thực hiện trước và bảo quản kín ở nhiệt độ phòng.

Nướng rau:

d) Làm nóng lò ở nhiệt độ 425°F.

e) Đặt cà rốt, hành tây và tỏi lên khay nướng có viền. Rắc bơ tan chảy, nêm muối và hạt tiêu rồi trộn đều.

f) Nướng khoảng 25 phút cho đến khi hành tây bắt đầu chuyển sang màu nâu. Loại bỏ hành và tỏi. Tiếp tục rang cà rốt thêm 10-20 phút nữa cho đến khi mềm và bắt đầu chuyển sang màu nâu.

Chuẩn bị súp:

g) Trong một cái nồi lớn, trộn hành tây và tỏi đã rang với 1 thìa bơ, muối và tiêu.

h) Thêm 3 thìa giấm táo và nấu cho đến khi đặc lại, khoảng 3-5 phút, thỉnh thoảng khuấy đều.

i) Thêm nước luộc gà, nghệ, quế, thì là, nhục đậu khấu và Omani. Đun nhỏ lửa và thêm cà rốt rang. Đun nhỏ lửa khoảng 30 phút cho đến khi cà rốt mềm.

j) Dùng máy xay ngâm hoặc máy xay sinh tố để xay nhuyễn súp cho đến khi mịn.

k) Đổ súp vào nồi vừa và đun sôi nhẹ trên lửa vừa. Nêm với muối và hạt tiêu.

l) Chia súp nóng vào các bát.

m) Múc một ít sữa chua vào giữa mỗi bát.

n) Rắc hỗn hợp gia vị Dukkah và trang trí với ngò tươi.

50.Marak Samak (Súp cá Oman)

THÀNH PHẦN:

- 500g phi lê cá trắng, cắt thành khối
- 1 củ hành tây, thái nhỏ
- 2 quả cà chua, thái hạt lựu
- 2 tép tỏi, băm nhỏ
- 1 thìa cà phê bột nghệ
- 1 thìa cà phê thì là xay
- 1 thìa cà phê rau mùi đất
- 1/4 chén ngò xắt nhỏ
- 1 quả chanh, ép lấy nước
- Muối và hạt tiêu cho vừa ăn

HƯỚNG DẪN:

a) Trong nồi, xào hành và tỏi cho đến khi mềm.
b) Thêm cà chua, nghệ, thì là và rau mùi. Nấu cho đến khi cà chua mềm.
c) Đổ đủ nước để ngập nguyên liệu. Đun sôi.
d) Nhẹ nhàng thêm khối cá vào và nấu cho đến khi cá có màu đục và chín đều.
e) Khuấy rau mùi, nước cốt chanh, muối và hạt tiêu. Ăn nóng.

51.Shorbat Adas (Súp đậu lăng Oman)

THÀNH PHẦN:

- 1 chén đậu lăng đỏ, rửa sạch
- 1 củ hành tây, xắt nhỏ
- 2 củ cà rốt, thái hạt lựu
- 2 quả cà chua, thái hạt lựu
- 2 tép tỏi, băm nhỏ
- 1 thìa cà phê thì là xay
- 1 thìa cà phê rau mùi đất
- 1/2 muỗng cà phê bột nghệ
- 6 chén nước luộc rau hoặc gà
- Dầu ô liu để làm mưa phùn
- Muối và hạt tiêu cho vừa ăn

HƯỚNG DẪN:

a) Trong nồi, xào hành và tỏi cho đến khi trong suốt.
b) Thêm cà rốt, cà chua, đậu lăng, thì là, rau mùi và nghệ. Khuấy đều.
c) Đổ nước dùng vào và đun sôi. Giảm nhiệt và đun nhỏ lửa cho đến khi đậu lăng mềm.
d) Nêm với muối và hạt tiêu. Rưới dầu ô liu trước khi dùng.

52.Shorbat Khodar (Súp rau Oman)

THÀNH PHẦN:

- 1 củ hành tây, xắt nhỏ
- 2 củ cà rốt, thái hạt lựu
- 2 quả bí xanh, thái hạt lựu
- 1 củ khoai tây, thái hạt lựu
- 1/2 chén đậu xanh, xắt nhỏ
- 1/4 cốc đậu lăng
- 1 thìa cà phê thì là xay
- 1 thìa cà phê rau mùi đất
- 6 chén nước luộc rau
- Rau mùi tây tươi, cắt nhỏ (để trang trí)
- Dầu ô liu để làm mưa phùn
- Muối và hạt tiêu cho vừa ăn

HƯỚNG DẪN:

a) Trong nồi, xào hành tây cho đến khi trong suốt.
b) Thêm cà rốt, bí xanh, khoai tây, đậu xanh, đậu lăng, thì là và rau mùi. Khuấy đều.
c) Đổ nước luộc rau vào và đun sôi. Giảm nhiệt và đun nhỏ lửa cho đến khi rau mềm.
d) Nêm với muối và hạt tiêu. Trang trí với rau mùi tây tươi và rưới dầu ô liu trước khi dùng.

53.Súp gà chanh

THÀNH PHẦN:

- 2 muỗng canh dầu ô liu
- ½ củ hành vàng hoặc trắng thái nhỏ
- 2 tép tỏi băm
- 5 chén nước luộc gà ít natri
- 4 quả chanh Ba Tư khô
- 2 thìa nghệ
- 1 chén gạo Basmati
- 13 ounce đậu xanh đã rửa sạch
- 1 chén thịt gà xé nấu chín
- Tiêu đen xay
- Lá mùi tây cắt nhỏ để trang trí

HƯỚNG DẪN:

a) Bật lò nướng kiểu Hà Lan ở lửa vừa, rưới dầu ô liu vào rồi xào hành tây xắt nhỏ trong 4-5 phút cho đến khi mềm. Thêm tỏi và xào thêm một phút nữa.

b) Đổ nước luộc gà vào và thêm chanh khô, nghệ, gạo basmati và đậu xanh rồi nấu cho đến khi gạo mềm, khoảng 15 phút.

c) Thêm thịt gà xé nhỏ vào và tiếp tục nấu ở lửa nhỏ cho đến khi thịt gà chín đều.

d) Loại bỏ chanh khô và loại bỏ trước khi phục vụ. Múc súp ra bát và trang trí với rau mùi tây xắt nhỏ và hạt tiêu đen xay.

54.Harira (Súp đậu xanh gia vị Oman)

THÀNH PHẦN:

- 1 chén đậu xanh khô, ngâm qua đêm
- 1 củ hành tây, thái nhỏ
- 2 quả cà chua, thái hạt lựu
- 2 muỗng canh bột cà chua
- 1/2 chén đậu lăng
- 2 tép tỏi, băm nhỏ
- 1 muỗng cà phê quế xay
- 1 thìa cà phê thì là xay
- 1/2 muỗng cà phê bột nghệ
- Muối và hạt tiêu cho vừa ăn
- 6 chén nước luộc gà hoặc rau
- 2 muỗng canh dầu thực vật
- Rau mùi tươi để trang trí

HƯỚNG DẪN:

a) Trong một nồi lớn, đun nóng dầu thực vật trên lửa vừa. Thêm hành tây xắt nhỏ và tỏi băm vào, xào cho đến khi mềm.
b) Thêm đậu xanh, đậu lăng, cà chua và bột cà chua. Nấu trong 5 phút.
c) Thêm quế, thì là, nghệ, muối và hạt tiêu. Khuấy đều.
d) Đổ nước dùng vào và đun sôi. Giảm nhiệt và đun nhỏ lửa cho đến khi đậu xanh mềm.
e) Nêm gia vị vừa phải, dùng nóng, trang trí với ngò tươi.

55.Shorbat Hab (Súp đậu lăng và lúa mạch Oman)

THÀNH PHẦN:

- 1 chén đậu lăng xanh hoặc nâu, rửa sạch và để ráo nước
- 1/2 chén lúa mạch ngọc trai, rửa sạch
- 1 củ hành tây, thái nhỏ
- 2 quả cà chua, thái hạt lựu
- 2 củ cà rốt, thái hạt lựu
- 2 cọng cần tây, xắt nhỏ
- 2 tép tỏi, băm nhỏ
- 1 thìa cà phê bột nghệ
- 1 thìa cà phê thì là xay
- Muối và hạt tiêu cho vừa ăn
- 6 chén nước luộc gà hoặc rau
- 2 muỗng canh dầu thực vật
- Nêm chanh để phục vụ

HƯỚNG DẪN:

a) Trong một nồi lớn, đun nóng dầu thực vật trên lửa vừa. Thêm hành tây xắt nhỏ và tỏi băm vào, xào cho đến khi trong suốt.

b) Thêm đậu lăng, lúa mạch, cà chua, cà rốt, cần tây, nghệ, thì là, muối và hạt tiêu. Nấu trong 5 phút.

c) Đổ nước dùng vào và đun sôi. Giảm nhiệt và đun nhỏ lửa cho đến khi đậu lăng và lúa mạch mềm.

d) Nêm gia vị vừa phải, dùng nóng với một lát chanh.

56.Shurbah rau Oman

THÀNH PHẦN:

- 2 muỗng canh dầu thực vật
- 1 củ hành tây, thái nhỏ
- 2 củ cà rốt, gọt vỏ và thái hạt lựu
- 2 củ khoai tây, gọt vỏ và thái hạt lựu
- 1 quả bí xanh, thái hạt lựu
- 1 chén đậu xanh, xắt nhỏ
- 2 quả cà chua, thái hạt lựu
- 3 tép tỏi, băm nhỏ
- 1 thìa cà phê thì là xay
- 1 thìa cà phê rau mùi đất
- 1 thìa cà phê bột nghệ
- Muối và hạt tiêu cho vừa ăn
- 6 chén nước luộc rau
- 1/2 chén bún hoặc mì ống nhỏ
- Rau mùi tây tươi để trang trí

HƯỚNG DẪN:

a) Trong một nồi lớn, đun nóng dầu thực vật trên lửa vừa. Thêm hành tây xắt nhỏ và tỏi băm vào, xào cho đến khi mềm.

b) Thêm cà rốt thái hạt lựu, khoai tây, bí xanh, đậu xanh và cà chua vào nồi. Nấu khoảng 5 phút, thỉnh thoảng khuấy.

c) Rắc thì là, rau mùi, nghệ, muối và hạt tiêu lên rau. Khuấy đều để rau thấm gia vị.

d) Đổ nước luộc rau vào và đun sôi hỗn hợp. Sau khi sôi, giảm nhiệt xuống lửa nhỏ và đun trong khoảng 15-20 phút hoặc cho đến khi rau mềm.

e) Thêm bún hoặc mì ống nhỏ vào nồi và nấu theo hướng dẫn trên bao bì cho đến khi chín.

f) Điều chỉnh gia vị nếu cần và để súp sôi thêm 5 phút để hương vị hòa quyện.

g) Ăn nóng, trang trí với rau mùi tây tươi.

57.Súp cá cà chua Omani

THÀNH PHẦN:

- 1 quả ớt vừa
- 1 muỗng canh dầu thực vật
- 2 tép tỏi, thái nhỏ
- 4 cốc nước
- 1 gói phở gà
- 1 quả cà chua vừa, thái hạt lựu
- 300g phi lê cá bống tượng, cắt thành khối nhỏ
- 1 muỗng canh mùi tây tươi

HƯỚNG DẪN:

a) Trong chảo vừa, xào ớt và tỏi trong dầu thực vật cho đến khi mềm.
b) thêm nước và đun sôi.
c) Thêm Phở gà, cà chua thái hạt lựu và miếng cá vào.
d) Đun nhỏ lửa trên lửa vừa trong 5 phút hoặc cho đến khi súp đặc lại và cá chín hoàn toàn.
e) Phục vụ món súp với rau mùi tây tươi và chanh.

58.Cà ri cá chanh Omani-Balochi (Paplo)

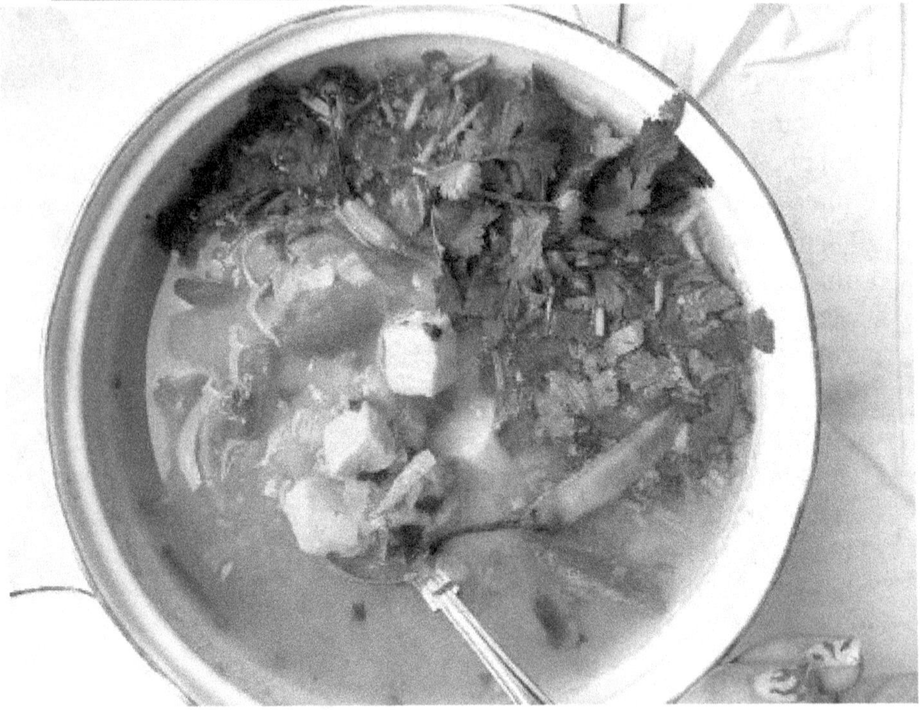

THÀNH PHẦN:

- 1 thìa tỏi
- 2 củ hành tây, thái hạt lựu nhỏ
- 650g cá kiếm (hoặc loại khác, cắt thành từng miếng nhỏ)
- 1 thìa nghệ
- 2 quả cà chua vừa, cắt tư
- Muối để nếm
- 80ml nước cốt chanh (khoảng 2,5 quả chanh)
- 1,5 lít nước
- 1/2 thìa cà phê Baharat
- 2 quả ớt xanh tươi, xắt nhỏ
- Bó rau mùi tươi nhỏ (khoảng 30-40g), thái nhỏ

HƯỚNG DẪN:

a) Trong một cái chảo lớn, trộn nước, tỏi, hành, ớt, cà chua, Baharat và nghệ. Đun sôi.

b) Khi hỗn hợp bắt đầu sủi bọt, cho cá cắt nhỏ vào chảo.

c) Đun nhỏ lửa hỗn hợp cho đến khi cá chín hoàn toàn.

d) Thêm muối và nước cốt chanh, tiếp tục đun ở lửa nhỏ trong khoảng 10 phút, để hỗn hợp bay hơi nhẹ vài cm.

e) Trước khi dùng, cho rau mùi tươi thái nhỏ vào trộn đều.

59.cải xoong và đậu xanh với nước hoa hồng

THÀNH PHẦN:

- 2 củ cà rốt vừa (tổng cộng 9 oz / 250 g), cắt thành xúc xắc ¾ inch / 2cm
- 3 muỗng canh dầu ô liu
- 2½ muỗng cà phê ras el hanout
- ½ muỗng cà phê quế xay
- 1½ cốc / 240 g đậu xanh nấu chín, tươi hoặc đóng hộp
- 1 củ hành vừa, thái lát mỏng
- 2½ muỗng canh / 15 g gừng tươi gọt vỏ và thái nhỏ
- 2½ cốc / 600 ml nước luộc rau
- 7 oz / 200 g cải xoong
- 3½ oz / 100 g lá rau bina
- 2 muỗng cà phê đường siêu mịn
- 1 muỗng cà phê nước hoa hồng
- muối
- Sữa chua Hy Lạp, để phục vụ (tùy chọn)
- Làm nóng lò ở nhiệt độ 425°F/220°C.

HƯỚNG DẪN

a) Trộn cà rốt với 1 thìa canh dầu ô liu, ras el hanout, quế và một chút muối rồi trải đều trên chảo rang có lót giấy da. Cho vào lò nướng trong 15 phút, sau đó thêm một nửa số đậu xanh vào, khuấy đều và nấu thêm 10 phút nữa cho đến khi cà rốt mềm nhưng vẫn còn vị.

b) Trong khi đó, cho hành tây và gừng vào nồi lớn. Xào với lượng dầu ô liu còn lại khoảng 10 phút trên lửa vừa cho đến khi hành tây mềm và vàng hoàn toàn. Thêm đậu xanh còn lại, nước kho, cải xoong, rau bina, đường và ¾ muỗng cà phê muối, khuấy đều và đun sôi. Nấu trong một hoặc hai phút, cho đến khi lá héo.

c) Dùng máy xay thực phẩm hoặc máy xay sinh tố, xay súp cho đến khi mịn. Thêm nước hoa hồng, khuấy đều, nếm thử và thêm muối hoặc nước hoa hồng nếu bạn thích. Đặt sang một bên cho đến khi cà rốt và đậu xanh đã sẵn sàng, sau đó hâm nóng lại để dùng.

d) Để phục vụ, chia súp cho bốn bát và đặt lên trên cùng cà rốt nóng và đậu xanh, và nếu bạn thích, khoảng 2 thìa cà phê sữa chua cho mỗi phần.

60.và lúa mạch nóng

THÀNH PHẦN:

- 6¾ cốc / 1,6 lít nước
- 1 cốc / 200 g lúa mạch trân châu
- 2 củ hành vừa, thái nhỏ
- 1½ muỗng cà phê bạc hà khô
- 4 muỗng canh / 60 g bơ không muối
- 2 quả trứng lớn, đánh bông
- 2 cốc/400 g sữa chua Hy Lạp
- ⅔ oz / 20 g bạc hà tươi, xắt nhỏ
- ⅓ oz / 10 g rau mùi tây lá phẳng, xắt nhỏ
- 3 củ hành xanh, thái lát mỏng
- muối và hạt tiêu đen mới xay

HƯỚNG DẪN

a) Đun sôi nước cùng với lúa mạch trong nồi lớn, thêm 1 thìa cà phê muối rồi đun nhỏ lửa cho đến khi lúa mạch chín nhưng vẫn còn al dente, khoảng 15 đến 20 phút. Hủy bỏ khỏi nhiệt. Sau khi nấu chín, bạn sẽ cần 4¾ cốc / 1,1 lít nước nấu cho món súp; đổ đầy nước nếu lượng nước còn lại ít hơn do bay hơi.

b) Trong khi nấu lúa mạch, xào hành tây và bạc hà khô trên lửa vừa trong bơ cho đến khi mềm, khoảng 15 phút. Thêm phần này vào lúa mạch đã nấu chín.

c) Đánh đều trứng và sữa chua trong một tô trộn chịu nhiệt lớn. Từ từ trộn một ít lúa mạch và nước vào, mỗi lần một muôi cho đến khi sữa chua ấm. Điều này sẽ làm dịu sữa chua và trứng và ngăn chúng bị tách ra khi thêm vào chất lỏng nóng.

d) Thêm sữa chua vào nồi súp và đun ở lửa vừa, khuấy liên tục cho đến khi súp sôi nhẹ. Tắt bếp, thêm rau thơm xắt nhỏ và hành lá vào rồi kiểm tra gia vị.

e) Ăn nóng.

SALAD

61.Salad hải sản Oman

THÀNH PHẦN:

CHO MÓN SALAD:

- 500g thịt cá mập nấu chín và thái hạt lựu
- 1 cốc dưa chuột, thái hạt lựu
- 1 cốc cà chua, thái hạt lựu
- 1/2 chén hành đỏ, thái nhỏ
- 1/4 chén ngò tươi, xắt nhỏ
- 1/4 cốc bạc hà tươi, xắt nhỏ
- 1 quả ớt xanh, thái nhỏ (điều chỉnh theo khẩu vị)
- Muối và hạt tiêu cho vừa ăn

ĐỐI VỚI TRANG PHỤC:

- 3 muỗng canh dầu ô liu
- 2 thìa nước cốt chanh
- 1 thìa cà phê thì là xay
- 1 thìa cà phê rau mùi đất
- Muối và hạt tiêu cho vừa ăn

HƯỚNG DẪN:

a) Đảm bảo thịt cá mập được nấu chín kỹ. Bạn có thể nướng, nướng hoặc luộc nó. Sau khi chín, để nguội rồi cắt thành từng miếng vừa ăn.

b) Trong một tô lớn, trộn thịt cá mập thái hạt lựu, dưa chuột, cà chua, hành tím, ngò, bạc hà và ớt xanh.

LÀM MẶT TRANG:

c) Trong một bát nhỏ, trộn đều dầu ô liu, nước cốt chanh, thì là, rau mùi xay, muối và hạt tiêu.

TỔNG HỢP SALAD:

d) Đổ nước sốt lên các nguyên liệu salad và trộn nhẹ nhàng cho đến khi mọi thứ được phủ đều.

e) Làm lạnh món salad trong ít nhất 30 phút để hương vị hòa quyện.

f) Trước khi phục vụ, hãy ném món salad lần cuối. Điều chỉnh muối và hạt tiêu nếu cần.

g) Phục vụ món salad cá mập ướp lạnh lấy cảm hứng từ Oman.

62.Salad cà chua và dưa chuột Omani

THÀNH PHẦN:

- 4 quả cà chua, thái hạt lựu
- 2 quả dưa chuột, thái hạt lựu
- 1 củ hành đỏ, thái nhỏ
- 1 quả ớt xanh, thái nhỏ
- Rau mùi tươi, xắt nhỏ
- Nước ép của 2 quả chanh
- Muối và hạt tiêu cho vừa ăn

HƯỚNG DẪN:

a) Kết hợp cà chua, dưa chuột, hành tím, ớt xanh và rau mùi vào tô.

b) Thêm nước cốt chanh, muối và hạt tiêu. Quăng để kết hợp.

c) Làm lạnh trong tủ lạnh một giờ trước khi ăn.

63.Salad rau bina và lựu Omani

THÀNH PHẦN:

- 4 chén lá rau bina tươi
- 1 cốc hạt lựu
- 1/2 chén phô mai feta, vụn
- 1/4 chén quả óc chó, xắt nhỏ
- Dầu ô liu
- Giấm balsamic
- Muối và hạt tiêu cho vừa ăn

HƯỚNG DẪN:

a) Xếp lá rau bina lên đĩa phục vụ.
b) Rắc hạt lựu, phô mai feta và quả óc chó cắt nhỏ lên rau bina.
c) Rắc dầu ô liu và giấm balsamic.
d) Nêm với muối và hạt tiêu. Quăng nhẹ nhàng trước khi phục vụ.

64.Salad đậu xanh Omani (Salatat Hummus)

THÀNH PHẦN:

- 2 chén đậu xanh nấu chín
- 1 quả dưa chuột, thái hạt lựu
- 1 quả cà chua, thái hạt lựu
- 1/2 củ hành đỏ, thái nhỏ
- 1/4 chén bạc hà tươi xắt nhỏ
- 1/4 chén mùi tây tươi xắt nhỏ
- Nước ép của 1 quả chanh
- 2 muỗng canh dầu ô liu
- Muối và hạt tiêu cho vừa ăn

HƯỚNG DẪN:

a) Trong một bát, trộn đậu xanh, dưa chuột, cà chua, hành đỏ, bạc hà và rau mùi tây.
b) Rưới nước chanh và dầu ô liu.
c) Nêm với muối và hạt tiêu.
d) Trộn đều salad và dùng lạnh.

65.Salad Tabbouleh của Oman

THÀNH PHẦN:

- 1 chén lúa mì bulgur, ngâm trong nước nóng trong 1 giờ
- 2 chén mùi tây tươi, thái nhỏ
- 1 chén lá bạc hà tươi, thái nhỏ
- 4 quả cà chua, thái hạt lựu
- 1 quả dưa chuột, thái hạt lựu
- 1/2 chén hành đỏ, thái nhỏ
- Nước ép của 3 quả chanh
- Dầu ô liu
- Muối và hạt tiêu cho vừa ăn

HƯỚNG DẪN:

a) Xả nước ngâm và đặt nó vào một cái bát lớn.
b) Thêm rau mùi tây cắt nhỏ, bạc hà, cà chua, dưa chuột và hành đỏ.
c) Trong một bát nhỏ, trộn đều nước cốt chanh và dầu ô liu. Đổ lên món salad.
d) Nêm với muối và hạt tiêu. Trộn đều và để lạnh ít nhất 30 phút trước khi dùng.

66.Salad béo Oman

THÀNH PHẦN:

- 2 chén salad trộn (rau diếp, rau arugula, radicchio)
- 1 quả dưa chuột, thái hạt lựu
- 2 quả cà chua, thái hạt lựu
- 1 quả ớt chuông đỏ, xắt nhỏ
- 1/2 chén củ cải, thái lát
- 1/4 chén lá bạc hà tươi, xắt nhỏ
- 1/4 chén mùi tây tươi, xắt nhỏ
- 1/4 chén dầu ô liu
- Nước ép của 1 quả chanh
- 1 thìa cà phê cây thù du
- Muối và hạt tiêu cho vừa ăn
- Bánh mì Pita nướng và chia thành từng miếng

HƯỚNG DẪN:

a) Trong một tô lớn, trộn các loại rau xà lách, dưa chuột, cà chua, ớt chuông, củ cải, bạc hà và rau mùi tây.

b) Trong một bát nhỏ, trộn đều dầu ô liu, nước cốt chanh, cây thù du, muối và hạt tiêu.

c) Đổ nước sốt lên trên món salad và trộn đều.

d) Phủ các miếng bánh mì pita nướng lên trên trước khi dùng.

67.Salad súp lơ, đậu và cơm Omani

THÀNH PHẦN:

CHO MÓN SALAD:

- 1 chén cơm basmati nấu chín, để nguội
- 1 đầu súp lơ nhỏ, cắt thành bông hoa
- 1 lon (15 oz) đậu thận, để ráo nước và rửa sạch
- 1/2 chén mùi tây tươi xắt nhỏ
- 1/4 chén lá bạc hà tươi xắt nhỏ
- 1/4 chén hành lá thái lát

ĐỐI VỚI TRANG PHỤC:

- 3 muỗng canh dầu ô liu
- 2 thìa nước cốt chanh
- 1 thìa cà phê thì là xay
- 1 thìa cà phê rau mùi đất
- Muối và hạt tiêu cho vừa ăn

HƯỚNG DẪN:

a) Làm nóng lò ở nhiệt độ 400°F (200°C).
b) Trộn bông súp lơ với một chút dầu ô liu, muối và tiêu.
c) Trải chúng lên khay nướng và nướng trong khoảng 20-25 phút hoặc cho đến khi có màu vàng nâu và mềm. Để nó nguội.
d) Nấu cơm basmati theo hướng dẫn trên bao bì. Sau khi nấu chín, để nguội đến nhiệt độ phòng.
e) Trong một bát nhỏ, trộn đều dầu ô liu, nước cốt chanh, thì là, rau mùi xay, muối và hạt tiêu. Điều chỉnh gia vị theo sở thích của bạn.
f) Trong một bát salad lớn, trộn cơm nguội, súp lơ nướng, đậu thận, rau mùi tây xắt nhỏ, bạc hà xắt nhỏ và hành lá thái lát.
g) Đổ nước sốt lên các nguyên liệu salad và trộn nhẹ nhàng cho đến khi mọi thứ được phủ đều.
h) Làm lạnh món salad ít nhất 30 phút trước khi dùng để cho hương vị hòa quyện.
i) Phục vụ ướp lạnh và trang trí với các loại thảo mộc tươi bổ sung nếu muốn.

68.Salad chà là và quả óc chó Omani

THÀNH PHẦN:

- 1 chén salad trộn rau xanh
- 1 cốc chà là, bỏ hạt và cắt nhỏ
- 1/2 chén quả óc chó, xắt nhỏ
- 1/4 chén phô mai feta, vụn
- Sốt dấm Balsamic

HƯỚNG DẪN:

a) Sắp xếp rau salad trên đĩa phục vụ.
b) Rắc chà là cắt nhỏ, quả óc chó và phô mai feta vụn lên rau xanh.
c) Rưới nước sốt giấm balsamic.
d) Quăng nhẹ nhàng trước khi phục vụ.

69.Salad cam và cà rốt Omani

THÀNH PHẦN:

- 4 cốc cà rốt thái nhỏ
- 2 quả cam, gọt vỏ và cắt múi
- 1/4 cốc nho khô
- 1/4 chén quả hồ trăn xắt nhỏ
- Sốt dấm cam

HƯỚNG DẪN:

a) Trong một tô lớn, trộn cà rốt thái nhỏ, múi cam, nho khô và quả hồ trăn.
b) Rưới nước sốt dầu giấm màu cam.
c) Trộn đều và để lạnh ít nhất 30 phút trước khi dùng.

70.Salad Quinoa Oman

THÀNH PHẦN:

- 1 chén quinoa nấu chín
- 1 cốc cà chua bi, giảm một nửa
- 1 quả dưa chuột, thái hạt lựu
- 1/2 chén phô mai feta, vụn
- 1/4 chén ô liu Kalamata, thái lát
- Lá oregano tươi, xắt nhỏ
- Dầu ô liu
- Giấm rượu vang đỏ
- Muối và hạt tiêu cho vừa ăn

HƯỚNG DẪN:

a) Trong một tô lớn, trộn quinoa nấu chín, cà chua bi, dưa chuột, phô mai feta, ô liu và lá oregano tươi.

b) Rắc dầu ô liu và giấm rượu vang đỏ.

c) Nêm với muối và hạt tiêu. Quăng nhẹ nhàng trước khi phục vụ.

71.Salad củ cải đường và sữa chua Omani

THÀNH PHẦN:

- 2 củ cải đường cỡ vừa, luộc và thái hạt lựu
- 1 cốc sữa chua
- 2 tép tỏi, băm nhỏ
- Muối, để nếm
- Lá bạc hà cắt nhỏ để trang trí

HƯỚNG DẪN:

a) Trong một cái bát, trộn củ cải đường thái hạt lựu và sữa chua.
b) Thêm tỏi băm và muối vào, khuấy đều.
c) Trang trí với lá bạc hà cắt nhỏ.
d) Thư giãn trước khi phục vụ.

72.Salad bắp cải Omani

THÀNH PHẦN:

- 1 bắp cải nhỏ, thái nhỏ
- 1 củ cà rốt, bào sợi
- 1/2 chén sốt mayonaise
- 1 muỗng canh giấm trắng
- 1 thìa đường
- Muối và hạt tiêu cho vừa ăn

HƯỚNG DẪN:

a) Trong một tô lớn, trộn bắp cải thái nhỏ và cà rốt bào sợi.
b) Trong một bát riêng, trộn sốt mayonnaise, giấm trắng, đường, muối và tiêu để làm nước sốt.
c) Đổ nước sốt lên hỗn hợp bắp cải và đảo đều cho đến khi phủ đều.
d) Thư giãn trước khi phục vụ.

73.Salad đậu lăng Oman (Quảng cáo Salatat)

THÀNH PHẦN:

- 1 chén đậu lăng nâu nấu chín
- 1 quả dưa chuột, thái hạt lựu
- 1 quả cà chua, thái hạt lựu
- 1 củ hành đỏ, thái nhỏ
- Rau mùi tươi, xắt nhỏ
- Dầu ô liu
- Nước chanh
- thì là xay
- Muối và hạt tiêu cho vừa ăn

HƯỚNG DẪN:

a) Trong một cái bát, trộn đậu lăng đã nấu chín, dưa chuột thái hạt lựu, cà chua thái hạt lựu và hành đỏ cắt nhỏ.
b) Rưới dầu ô liu và nước cốt chanh.
c) Rắc thì là xay, rau mùi tươi, muối và hạt tiêu.
d) Trộn salad nhẹ nhàng và dùng lạnh.

MÓN TRÁNG MIỆNG

74.Pudding nước hoa hồng Omani (Mahalabiya)

THÀNH PHẦN:

- 1/2 chén bột gạo
- 4 cốc sữa
- 1 cốc đường
- 1 thìa cà phê nước hoa hồng
- Quả hồ trăn cắt nhỏ để trang trí

HƯỚNG DẪN:

a) Trong một cái bát, hòa tan bột gạo với một lượng nhỏ sữa để tạo thành hỗn hợp sền sệt.
b) Trong chảo, đun nóng phần sữa và đường còn lại trên lửa vừa.
c) Thêm bột gạo vào nồi, khuấy liên tục cho đến khi hỗn hợp đặc lại.
d) Tắt bếp và khuấy đều với nước hoa hồng.
e) Đổ hỗn hợp vào các món ăn và để nguội.
f) Sau khi đặt, để lạnh cho đến khi nguội.
g) Trang trí với quả hồ trăn cắt nhỏ trước khi dùng.

75.Omani Halwa (Món tráng miệng thạch ngọt)

THÀNH PHẦN:

- 1/2 chén bột ngô
- 2 cốc nước
- 1 cốc đường
- 2 muỗng canh hạt điều, cắt nhỏ (hoặc hạnh nhân hoặc quả hồ trăn)
- 1 muỗng canh bơ
- 1/4 muỗng cà phê thảo quả đất
- 2 nhúm nước hoa hồng
- 1 nhúm sợi nghệ tây

HƯỚNG DẪN:

a) Trộn Bột ngô (1/2 cốc) với nước (2 cốc) và đặt sang một bên.

b) Trong một chiếc chảo có đáy dày, tráng caramen Đường Caster (1 cốc). Giảm lửa và thêm nước trộn bột ngô vào. Ban đầu, đường caramen có thể trở nên cứng nhưng nó sẽ tan chảy và trở thành chất lỏng mịn khi đun nóng.

c) Khuấy liên tục để tránh vón cục. Khi hỗn hợp đặc lại, thêm Hạt điều cắt nhỏ (2 muỗng canh), Bơ (1 muỗng canh), Bạch đậu khấu xay (1/4 muỗng cà phê), Nước hoa hồng (2 nhúm) và Sợi nghệ tây (1 nhúm).

d) Để hỗn hợp trở nên đặc và cho đến khi nó bắt đầu rời khỏi thành chảo.

e) Tắt lửa. Halwa có thể không đông cứng ngay lập tức nhưng nó sẽ đặc lại khi nguội.

76.Mushaltat của Oman

THÀNH PHẦN:

ĐỐI VỚI BỘT:

- 4 cốc bột mì đa dụng
- 1 thìa cà phê muối
- 1 thìa đường
- 1 muỗng cà phê bột nở
- 1 cốc nước ấm
- 1/2 cốc sữa
- 2 muỗng canh Ghee, tan chảy

ĐỐI VỚI ĐIỀN:

- 2 chén phô mai trắng (như Akkawi hoặc Halloumi), cắt nhỏ
- 1 chén mùi tây tươi, xắt nhỏ
- 1/2 chén hành lá, xắt nhỏ
- 1/2 chén ngò tươi, xắt nhỏ
- 1/2 chén bạc hà tươi, xắt nhỏ
- 1/2 chén phô mai Feta, vụn
- 1 muỗng cà phê Hạt mè đen (tùy chọn, để trang trí)

ĐỂ CHẢI:

- 2 muỗng canh Ghee, tan chảy

HƯỚNG DẪN:

CHUẨN BỊ BỘT:

a) Trong một tô trộn lớn, trộn bột mì đa dụng, muối, đường và bột nở.

b) Dần dần thêm nước ấm và sữa vào nguyên liệu khô, trộn liên tục.

c) Nhào bột cho đến khi nó trở nên mịn và đàn hồi.

d) Đổ ghee tan chảy lên trên bột và tiếp tục nhào cho đến khi kết hợp tốt.

e) Đậy bột bằng khăn ẩm và để bột nghỉ khoảng 1 giờ.

CHUẨN BỊ ĐIỀN:

f) Trong một bát riêng, trộn phô mai trắng cắt nhỏ, rau mùi tây tươi, hành lá, ngò, bạc hà và feta vụn.

LẮP RÁP MUSHALTAT:

g) Làm nóng lò ở nhiệt độ 200°C (392°F).

h) Chia phần bột còn lại thành từng phần nhỏ. Cuộn từng phần thành một quả bóng.

i) Cán khối bột thành hình tròn mỏng trên bề mặt đã rắc bột mì.

j) Đặt một lượng lớn nhân phô mai và thảo mộc lên một nửa hình tròn bột.

k) Gấp nửa bột còn lại lên trên phần nhân để tạo thành hình bán nguyệt. Bịt kín các cạnh bằng cách ấn chúng lại với nhau.

l) Đặt Mushaltat đã lắp ráp lên khay nướng.

NƯỚNG:

m) Quét bơ tan chảy lên trên mỗi miếng Mushaltat.

n) Tùy ý, rắc mè đen lên trên để trang trí.

o) Nướng trong lò làm nóng trước khoảng 15-20 phút hoặc cho đến khi có màu vàng nâu.

p) Sau khi nướng, để Mushaltat nguội một chút trước khi dùng.

q) Phục vụ ấm áp và thưởng thức hương vị thú vị của Omani Mushaltat!

77.Bánh chà là Oman

THÀNH PHẦN:

- 2 chén bột mì đa dụng
- 1 cốc bơ, làm mềm
- 1 cốc đường
- 4 quả trứng
- 1 cốc chà là
- 1 thìa cà phê thảo quả xay
- 1 thìa cà phê bột nở
- 1/2 chén hạt cắt nhỏ (quả óc chó hoặc hạnh nhân)

HƯỚNG DẪN:

a) Làm nóng lò ở nhiệt độ 350°F (175°C). Bôi mỡ và bột vào chảo bánh.
b) Trong một cái bát, trộn bơ và đường với nhau cho đến khi mịn và nhạt.
c) Thêm từng quả trứng vào, đánh đều sau mỗi lần thêm.
d) Trộn bột chà là, bạch đậu khấu xay và các loại hạt cắt nhỏ.
e) Rây bột mì và bột nở rồi cho từ từ vào bột, trộn đều cho đến khi hòa quyện.
f) Đổ bột vào chảo bánh đã chuẩn bị.
g) Nướng trong khoảng 40-45 phút hoặc cho đến khi cắm một cây tăm vào giữa và thấy tăm sạch sẽ.
h) Để bánh nguội trước khi cắt.

78.Bánh pudding Qamar al-Din của Oman

THÀNH PHẦN:

- 1 chén bột mơ khô (Qamar al-Din)
- 4 cốc nước
- 1/2 chén đường (gia giảm tùy khẩu vị)
- 1/4 chén bột bắp
- 1 muỗng cà phê nước hoa cam (tùy chọn)
- Các loại hạt cắt nhỏ để trang trí

HƯỚNG DẪN:

a) Trong chảo, hòa tan bột mơ với nước trên lửa vừa.
b) Thêm đường và khuấy cho đến khi hòa tan.
c) Trong một bát riêng, trộn bột ngô với một lượng nhỏ nước để tạo thành hỗn hợp sền sệt.
d) Dần dần thêm bột bắp vào hỗn hợp mơ, khuấy liên tục cho đến khi nó đặc lại.
e) Tắt bếp và khuấy đều với nước hoa cam nếu sử dụng.
f) Đổ hỗn hợp vào các món ăn và để nguội.
g) Làm lạnh cho đến khi thiết lập.
h) Trang trí với các loại hạt cắt nhỏ trước khi dùng.

79.Bánh gạo bạch đậu khấu

THÀNH PHẦN:

- 1 chén gạo basmati
- 4 cốc sữa
- 1 cốc đường
- 1 thìa cà phê thảo quả xay
- 1/2 cốc nho khô
- Hạnh nhân cắt nhỏ để trang trí

HƯỚNG DẪN:

a) Rửa sạch gạo basmati và nấu cho đến khi gần chín.
b) Trong một nồi riêng, đun nóng sữa và đường trên lửa vừa, khuấy đều cho đến khi đường tan.
c) Thêm gạo đã nấu chín một phần vào hỗn hợp sữa.
d) Khuấy thảo quả xay và thêm nho khô.
e) Nấu trên lửa nhỏ cho đến khi cơm chín hoàn toàn và hỗn hợp đặc lại.
f) Hủy bỏ nhiệt và để nguội.
g) Làm lạnh cho đến khi nguội.
h) Trang trí với hạnh nhân cắt nhỏ trước khi dùng.

80.Omani Luqaimat (Bánh bao ngọt)

THÀNH PHẦN:

- 2 chén bột mì đa dụng
- 1 thìa đường
- 1 thìa cà phê men
- 1 cốc nước ấm
- Dầu để chiên
- Hạt vừng và mật ong để trang trí

HƯỚNG DẪN:

a) Trong một cái bát, trộn bột mì, đường, men và nước ấm để tạo thành một khối bột mịn. Để nó nổi lên trong khoảng 1-2 giờ.
b) Đun nóng dầu trong chảo sâu lòng.
c) Dùng thìa múc từng phần bột nhỏ vào dầu nóng để tạo thành những chiếc bánh bao nhỏ.
d) Chiên cho đến khi vàng nâu.
e) Lấy ra khỏi dầu và để ráo trên khăn giấy.
f) Rắc mật ong và rắc hạt vừng trước khi ăn.

81.Bánh quy hoa hồng Omani (Qurabiya)

THÀNH PHẦN:

- 2 cốc bột báng
- 1 cốc ghee, tan chảy
- 1 chén đường bột
- 1 thìa cà phê nước hoa hồng
- Quả hồ trăn cắt nhỏ để trang trí

HƯỚNG DẪN:

a) Trong một cái bát, trộn bột báng, bơ sữa trâu tan chảy, đường bột và nước hoa hồng để tạo thành bột nhão.

b) Nặn bột thành những chiếc bánh quy nhỏ.

c) Đặt các cookie lên một tấm nướng bánh.

d) Nướng trong lò làm nóng trước ở nhiệt độ 350°F (175°C) trong khoảng 15-20 phút hoặc cho đến khi vàng.

e) Trang trí với quả hồ trăn cắt nhỏ và để nguội trước khi dùng.

82.Bánh chuối và chà là Omani

THÀNH PHẦN:

- 1 tờ bánh phồng làm sẵn
- 3 quả chuối chín, thái lát
- 1 cốc chà là, bỏ hạt và cắt nhỏ
- 1/2 chén mật ong
- Các loại hạt cắt nhỏ để trang trí

HƯỚNG DẪN:

a) Cán mỏng tấm bánh phồng và đặt nó vào chảo bánh tart.
b) Xếp chuối cắt lát và chà là cắt nhỏ lên trên bánh ngọt.
c) Rưới mật ong lên trái cây.
d) Nướng trong lò làm nóng trước ở nhiệt độ 375°F (190°C) trong khoảng 20-25 phút hoặc cho đến khi bánh vàng.
e) Trang trí với các loại hạt cắt nhỏ trước khi dùng.

83.Kem nghệ tây Omani

THÀNH PHẦN:

- 2 cốc kem đặc
- 1 cốc sữa đặc
- 1/2 chén đường
- 1 thìa cà phê sợi nghệ tây, ngâm trong nước ấm
- Quả hồ trăn cắt nhỏ để trang trí

HƯỚNG DẪN:

a) Trong một cái bát, đánh kem đặc cho đến khi tạo thành chóp cứng.
b) Trong một bát riêng, trộn sữa đặc, đường và nước ngâm nghệ tây.
c) Nhẹ nhàng trộn hỗn hợp sữa đặc vào kem đánh bông.
d) Chuyển hỗn hợp vào hộp đựng và để đông trong ít nhất 4 giờ.
e) Trang trí với quả hồ trăn cắt nhỏ trước khi dùng.

84.Caramen kem Omani (Muhallabia)

THÀNH PHẦN:

- 1/2 chén bột gạo
- 4 cốc sữa
- 1 cốc đường
- 1 thìa cà phê nước hoa hồng
- 1 muỗng cà phê nước hoa cam
- Quả hồ trăn cắt nhỏ để trang trí

HƯỚNG DẪN:

a) Trong chảo, hòa tan bột gạo với một lượng nhỏ sữa để tạo thành hỗn hợp sệt.
b) Trong một nồi riêng, đun nóng phần sữa và đường còn lại trên lửa vừa.
c) Thêm bột gạo vào hỗn hợp sữa, khuấy liên tục cho đến khi hỗn hợp đặc lại.
d) Tắt bếp và khuấy đều với nước hoa hồng và nước hoa cam.
e) Đổ hỗn hợp vào các món ăn và để nguội.
f) Làm lạnh cho đến khi thiết lập.
g) Trang trí với quả hồ trăn cắt nhỏ trước khi dùng.

ĐÔ□ UÔ□NG

85.Kashmir Kahwa

THÀNH PHẦN:

- 4 cốc nước
- 4-5 quả bạch đậu khấu xanh, nghiền nát
- 4-5 tép nguyên
- 1 thanh quế
- 1 thìa cà phê gừng tươi bào mịn
- 2 thìa lá trà xanh
- Một nhúm sợi nghệ tây
- 4-5 quả hạnh nhân, chần và thái lát
- 4-5 quả hồ trăn, xắt nhỏ
- Mật ong hoặc đường tùy khẩu vị

HƯỚNG DẪN:

a) Trong nồi, đun sôi 4 cốc nước.
b) Thêm vỏ bạch đậu khấu xanh, đinh hương nguyên hạt, thanh quế và gừng tươi bào mịn vào nước sôi.
c) Đun nhỏ lửa khoảng 5-7 phút để gia vị ngấm vào nước.
d) Giảm nhiệt xuống thấp và thêm lá trà xanh vào nước đã gia vị.
e) Để trà ngâm trong khoảng 2-3 phút. Lưu ý không nên ngâm quá đậm để tránh bị đắng.
f) Thêm một chút sợi nghệ tây vào trà để trà có màu sắc rực rỡ và hương vị tinh tế.
g) Khuấy hạnh nhân đã chần và thái lát cũng như quả hồ trăn cắt nhỏ.
h) Làm ngọt Kashmiri Kahwa bằng mật ong hoặc đường tùy theo sở thích của bạn. Khuấy đều để hòa tan.
i) Lọc Kashmiri Kahwa vào cốc hoặc bát nhỏ để loại bỏ lá trà và toàn bộ gia vị.
j) Dùng trà nóng và trang trí thêm các loại hạt nếu muốn.

86.Sherbat Oman

THÀNH PHẦN:

- 1 lít sữa
- 1 cốc đường
- 1/2 cốc kem
- Vài giọt tinh chất vani
- 1 muỗng cà phê hạnh nhân cắt lát
- 1 muỗng cà phê quả hồ trăn cắt lát
- 1 muỗng canh sữa trứng vani
- 1 nhúm nghệ tây

HƯỚNG DẪN:

a) Trong nồi, đun sôi sữa.
b) Thêm đường, kem, tinh chất vani, sữa trứng vani, nghệ tây, hạnh nhân thái lát và quả hồ trăn thái lát vào sữa đang sôi.
c) Đun hỗn hợp trên lửa nhỏ cho đến khi sữa đặc lại. Khuấy liên tục để tránh bị dính đáy.
d) Lấy nồi ra khỏi ngọn lửa và để sherbat nguội đến nhiệt độ phòng.
e) Sau khi nguội, cho hỗn hợp vào tủ lạnh để làm lạnh kỹ.
f) Omani Sherbat hiện đã sẵn sàng để được phục vụ.
g) Đổ sherbat ướp lạnh vào ly và trang trí thêm hạnh nhân cắt lát và quả hồ trăn nếu muốn.

87.Nước chanh bạc hà Omani (Limon w Nana)

THÀNH PHẦN:

- 4 quả chanh, ép lấy nước
- 1/2 chén đường
- 6 cốc nước
- Lá bạc hà tươi
- Khối nước đá

HƯỚNG DẪN:

a) Trong bình, trộn nước cốt chanh và đường cho đến khi đường tan.
b) Thêm nước và khuấy đều.
c) Nghiền nát vài lá bạc hà và cho vào bình.
d) Làm lạnh trong ít nhất 1 giờ.
e) Dùng với đá viên, trang trí bằng lá bạc hà tươi.

88.Tiếng Oman Sahlab

THÀNH PHẦN:

- 2 cốc sữa
- 2 muỗng canh bột sahlab (rễ lan đất)
- 2 thìa đường
- 1/2 muỗng cà phê quế xay
- Quả hồ trăn nghiền nát để trang trí

HƯỚNG DẪN:

a) Trong chảo, đun nóng sữa trên lửa vừa.

b) Trong một bát nhỏ, trộn bột sahlab với một ít sữa lạnh để tạo thành hỗn hợp sệt.

c) Thêm bột sahlab và đường vào sữa ấm, khuấy liên tục cho đến khi đặc lại.

d) Hủy bỏ nhiệt và để nguội.

e) Đổ vào cốc phục vụ, rắc quế xay và trang trí bằng quả hồ trăn nghiền nát.

89.Nước ép me Omani (Tamar Hindi)

THÀNH PHẦN:

- 1 cốc bột me
- 4 cốc nước
- Đường (tùy khẩu vị)
- Khối nước đá
- Lá bạc hà để trang trí

HƯỚNG DẪN:

a) Trộn bột me với nước trong bình.
b) Làm ngọt với đường nếu muốn.
c) Khuấy đều cho đến khi hỗn hợp me hòa tan hoàn toàn.
d) Làm lạnh trong ít nhất 1 giờ.
e) Dùng với đá viên, trang trí bằng lá bạc hà.

90.Nước chanh nước hoa hồng Omani

THÀNH PHẦN:

- 4 quả chanh, ép lấy nước
- 1/4 cup đường (gia giảm tùy khẩu vị)
- 4 cốc nước lạnh
- 1 muỗng canh nước hoa hồng
- Khối nước đá
- Cánh hoa hồng tươi để trang trí

HƯỚNG DẪN:

a) Trong bình, trộn nước cốt chanh mới vắt và đường.
b) Thêm nước lạnh và khuấy cho đến khi đường tan.
c) Khuấy nước hoa hồng.
d) Làm lạnh trong ít nhất 1 giờ.
e) Dùng với đá viên và trang trí bằng cánh hoa hồng tươi.

91.Tiếng Oman

THÀNH PHẦN:

- 1 chén mật nho (dibs)
- 4 cốc nước
- 1 muỗng canh nước hoa hồng
- Khối nước đá
- Hạt thông và quả hồ trăn cắt nhỏ để trang trí
- Nho khô để phục vụ

HƯỚNG DẪN:

a) Trộn mật nho với nước trong bình.
b) Thêm nước hoa hồng và khuấy đều.
c) Làm lạnh trong ít nhất 1 giờ.
d) Dùng với đá viên, trang trí bằng hạt thông và quả hồ trăn cắt nhỏ.
e) Tùy chọn, thêm nho khô vào mỗi khẩu phần.

92.Sữa nghệ tây Omani (Haleeb al-Za'fran)

THÀNH PHẦN:

- 2 cốc sữa
- 1/4 thìa cà phê sợi nghệ tây, ngâm trong nước ấm
- 2 thìa mật ong (tuỳ khẩu vị)
- Quế xay để trang trí

HƯỚNG DẪN:

a) Đun nóng sữa trong chảo cho đến khi ấm.
b) Thêm nước ngâm nghệ tây và mật ong, khuấy đều.
c) Đổ vào cốc phục vụ.
d) Trang trí với một ít quế xay.
e) Phục vụ ấm áp.

93.Sinh tố chuối chà là Oman

THÀNH PHẦN:

- 2 quả chuối chín
- 1/2 chén chà là, bỏ hạt và cắt nhỏ
- 1 cốc sữa chua
- 1 cốc sữa
- Mật ong (tuỳ thích, tùy khẩu vị)
- Khối nước đá

HƯỚNG DẪN:

a) Trong máy xay sinh tố, kết hợp chuối chín, chà là cắt nhỏ, sữa chua và sữa.
b) Xay đến khi mịn.
c) Làm ngọt bằng mật ong nếu muốn.
d) Thêm đá viên và trộn lại.
e) Đổ vào ly và dùng lạnh.

94.Mocktail lựu Omani

THÀNH PHẦN:

- 1 cốc nước ép lựu
- 1/2 cốc nước cam
- 1/4 cốc nước cốt chanh
- Nuoc soda
- Đường (tùy khẩu vị)
- Khối nước đá
- Những lát cam để trang trí

HƯỚNG DẪN:

a) Trong bình, trộn nước ép lựu, nước cam và nước chanh.
b) Làm ngọt với đường nếu muốn.
c) Đổ đầy ly bằng đá viên.
d) Đổ hỗn hợp nước trái cây lên trên đá.
e) Đổ nước soda lên trên.
f) Trang trí với những lát cam.

95.Nước chanh nghệ tây Omani

THÀNH PHẦN:

- 4 quả chanh, ép lấy nước
- 1/4 thìa cà phê sợi nghệ tây, ngâm trong nước ấm
- 1/2 chén đường (gia giảm tùy khẩu vị)
- 4 cốc nước lạnh
- Khối nước đá
- Lá bạc hà tươi để trang trí

HƯỚNG DẪN:

a) Trong bình, trộn nước cốt chanh mới vắt, nước ngâm nghệ tây và đường.
b) Thêm nước lạnh và khuấy cho đến khi đường tan.
c) Làm lạnh trong ít nhất 1 giờ.
d) Dùng với đá viên và trang trí bằng lá bạc hà tươi.

96.Quế chà là Omani

THÀNH PHẦN:

- 1 cốc chà là, bỏ hạt và cắt nhỏ
- 2 cốc sữa
- 1/2 muỗng cà phê quế xay
- Mật ong (tuỳ thích, tùy khẩu vị)
- Khối nước đá

HƯỚNG DẪN:

a) Trong máy xay sinh tố, kết hợp chà là cắt nhỏ, sữa và quế xay.
b) Xay đến khi mịn.
c) Làm ngọt bằng mật ong nếu muốn.
d) Thêm đá viên và trộn lại.
e) Đổ vào ly và dùng lạnh.

97.Sữa lắc bạch đậu khấu dừa Omani

THÀNH PHẦN:

- 1 cốc nước cốt dừa
- 1 cốc sữa chua nguyên chất
- 1/2 muỗng cà phê bạch đậu khấu xay
- Đường hoặc mật ong (tuỳ khẩu vị)
- Khối nước đá
- Dừa nướng để trang trí

HƯỚNG DẪN:

a) Trong máy xay sinh tố, kết hợp nước cốt dừa, sữa chua nguyên chất, thảo quả xay và chất làm ngọt.
b) Trộn cho đến khi kết hợp tốt.
c) Thêm đá viên và trộn lại.
d) Đổ ra ly và trang trí bằng dừa nạo nướng.

98.Trà xanh bạc hà Oman

THÀNH PHẦN:

- 2 túi trà xanh
- 4 cốc nước nóng
- 1/4 chén lá bạc hà tươi
- Đường hoặc mật ong (tuỳ khẩu vị)
- Khối nước đá
- Những lát chanh để trang trí

HƯỚNG DẪN:

a) Ngâm túi trà xanh trong nước nóng khoảng 3-5 phút.
b) Thêm lá bạc hà tươi vào trà nóng.
c) Làm ngọt với đường hoặc mật ong và khuấy đều.
d) Để trà nguội rồi cho vào tủ lạnh.
e) Dùng trên đá viên, trang trí bằng lát chanh.

99. Trà đá hoa cam Omani

THÀNH PHẦN:

- 4 túi trà đen
- 4 cốc nước nóng
- 1/4 cốc nước hoa cam
- Đường hoặc mật ong (tuỳ khẩu vị)
- Khối nước đá
- Những lát cam để trang trí

HƯỚNG DẪN:

a) Ngâm túi trà đen trong nước nóng khoảng 3-5 phút.
b) Thêm nước hoa cam và làm ngọt bằng đường hoặc mật ong.
c) Khuấy đều và để trà nguội rồi cho vào tủ lạnh.
d) Phục vụ trên đá viên, trang trí bằng lát cam.

100.Máy làm mát bạc hà lựu Omani

THÀNH PHẦN:

- 1 cốc nước ép lựu
- 1/2 chén lá bạc hà tươi
- 1 thìa mật ong
- 4 cốc nước lạnh
- Khối nước đá
- Hạt lựu để trang trí

HƯỚNG DẪN:

a) Trong máy xay sinh tố, kết hợp nước ép quả lựu, lá bạc hà tươi và mật ong.
b) Trộn cho đến khi bạc hà được thái nhỏ.
c) Lọc hỗn hợp vào bình.
d) Thêm nước lạnh và khuấy đều.
e) Làm lạnh trong ít nhất 1 giờ.
f) Dùng với đá viên và trang trí bằng hạt lựu.

PHẦN KẾT LUẬN

Khi kết thúc hành trình khám phá "Hương vị đậm đà của Oman", chúng tôi xin gửi lời cảm ơn chân thành vì đã cùng chúng tôi tham gia chuyến phiêu lưu ẩm thực này qua cảnh quan ẩm thực sôi động của Vương quốc Hồi giáo. Chúng tôi hy vọng những công thức nấu ăn này không chỉ kích thích vị giác của bạn mà còn mang đến cái nhìn thoáng qua về trái tim và tâm hồn của văn hóa Oman.

Cuốn sách nấu ăn này không chỉ là một tuyển tập các công thức nấu ăn; đó là sự tôn vinh tính xác thực của ẩm thực Oman và những người đã hào phóng chia sẻ di sản ẩm thực của họ. Khi thưởng thức những miếng cuối cùng của những món ăn này, chúng tôi khuyến khích bạn mang tinh thần hương vị Oman vào căn bếp của riêng mình, tạo cầu nối giữa các nền văn hóa và nuôi dưỡng sự trân trọng truyền thống ẩm thực phong phú của đất nước xinh đẹp này.

Cầu mong những ký ức được tạo ra xung quanh những công thức nấu ăn này sẽ tồn tại lâu dài như những truyền thống hàng thế kỷ đã truyền cảm hứng cho chúng. Cảm ơn bạn đã biến "Hương vị đậm đà của Oman" trở thành một phần trong hành trình ẩm thực của mình. Cho đến khi con đường của chúng ta lại giao nhau trong thế giới của những khám phá ngon miệng, nấu nướng vui vẻ và "bil hana wa shifa" (cầu chúc sức khỏe và hạnh phúc của bạn)!

www.ingramcontent.com/pod-product-compliance
Lightning Source LLC
LaVergne TN
LVHW011031061026
849535LV00006B/2055
* 9 7 8 1 8 3 6 1 1 3 3 6 2 *